GUÍA DE BALANCE

GUÍA DE BALANCE

Fabián Guzmán Torres
Edición 2019
ISBN: 9781671632134

Diseño y Diagramación
Fabián Guzmán Torres
fabianguzmanagenda@gmail.com

Impreso en Amazon

Enero

________ / __________________ / ________

"Si puedes soñarlo puedes hacerlo, recuerda que todo esto comenzó con un ratón." Walt Disney

Compromisos/Citas

- ____
- ____
- ____
- ____
- ____

Comidas

Desayuno ____

Merienda ____

Almuerzo ____

Merienda ____

Cena ____

Merienda ____

Rutina de Ejercicios

____

____

____

Recordatorio Adicional

____

____

________ / __________________ / ________

"La derrota no es el peor de los fracasos. No intentarlo es el verdadero fracaso."
George Edward Woodberry

Compromisos/Citas

- _______________________________________
- _______________________________________
- _______________________________________
- _______________________________________
- _______________________________________

Comidas

Desayuno _______________________________________

Merienda _______________________________________

Almuerzo _______________________________________

Merienda _______________________________________

Cena _______________________________________

Merienda _______________________________________

Rutina de Ejercicios

____

____

____

Recordatorio Adicional

____

____

________ / ___________________ / ________

Compromisos/Citas

- ____
- ____
- ____
- ____
- ____

Comidas

Desayuno ___________________________________

Merienda ___________________________________

Almuerzo ___________________________________

Merienda ___________________________________

Cena ___________________________________

Merienda ___________________________________

Rutina de Ejercicios

____
____
____

Recordatorio Adicional

____
____

_________ / ___________________ / _________

Compromisos/Citas

- ____
- ____
- ____
- ____
- ____

Comidas

Desayuno _______________________________________

Merienda _______________________________________

Almuerzo _______________________________________

Merienda _______________________________________

Cena ____

Merienda _______________________________________

Rutina de Ejercicios

____

____

____

Recordatorio Adicional

____

____

________ / __________________ / ________

"Cáete siete veces y levántate ocho."
Proverbio japonés

Compromisos/Citas

- ____
- ____
- ____
- ____
- ____

Comidas

Desayuno _______________________________________

Merienda _______________________________________

Almuerzo _______________________________________

Merienda _______________________________________

Cena _______________________________________

Merienda _______________________________________

Rutina de Ejercicios

____

____

____

Recordatorio Adicional

____

____

________ / __________________ / ________

"El lograr algo grande empieza con un sueño, que no quede ahí...toma acción."
Coronel Sanders

Compromisos/Citas

- ____
- ____
- ____
- ____
- ____

Comidas

Desayuno ____

Merienda ____

Almuerzo ____

Merienda ____

Cena ____

Merienda ____

Rutina de Ejercicios

____

____

____

Recordatorio Adicional

____

____

________ / ____________________ / ________

Compromisos/Citas

- ____
- ____
- ____
- ____
- ____

Comidas

Desayuno _______________________________________

Merienda _______________________________________

Almuerzo _______________________________________

Merienda _______________________________________

Cena _______________________________________

Merienda _______________________________________

Rutina de Ejercicios

____

____

____

Recordatorio Adicional

____

____

________ / __________________ / ________

Compromisos/Citas

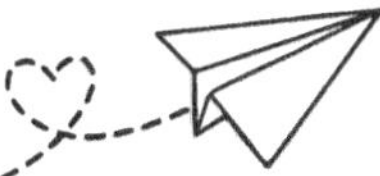

- ____
- ____
- ____
- ____
- ____

Comidas

Desayuno ____

Merienda ____

Almuerzo ____

Merienda ____

Cena ____

Merienda ____

Rutina de Ejercicios

____

____

____

Recordatorio Adicional

____

____

———————— / —————————————————— / ————————

"El triunfo del verdadero hombre surge de las cenizas del error."
Pablo Neruda

Compromisos/Citas

- ____
- ____
- ____
- ____
- ____

Comidas

Desayuno ____

Merienda ____

Almuerzo ____

Merienda ____

Cena ____

Merienda ____

Rutina de Ejercicios

____

____

____

Recordatorio Adicional

____

____

———————— / ———————————————— / ————————

Compromisos/Citas

- ____
- ____
- ____
- ____
- ____

Comidas

Desayuno ____

Merienda ____

Almuerzo ____

Merienda ____

Cena ____

Merienda ____

Rutina de Ejercicios

____

____

____

Recordatorio Adicional

____

____

________ / __________________ / ________

Compromisos/Citas

- ____
- ____
- ____
- ____
- ____

Comidas

Desayuno ____________________________________

Merienda ____________________________________

Almuerzo ____________________________________

Merienda ____________________________________

Cena ____________________________________

Merienda ____________________________________

Rutina de Ejercicios

____

____

____

Recordatorio Adicional

____

____

________ / __________________ / ________

Compromisos/Citas

- ____
- ____
- ____
- ____
- ____

Comidas

Desayuno ______________________________________

Merienda ______________________________________

Almuerzo ______________________________________

Merienda ______________________________________

Cena ____

Merienda ______________________________________

Rutina de Ejercicios

____

____

____

Recordatorio Adicional

____

____

________ / ____________________ / ________

"No mires al reloj, haz lo que él hace. Sigue moviéndote."
Sam Levenson

Compromisos/Citas

- ____
- ____
- ____
- ____
- ____

Comidas

Desayuno ____

Merienda ____

Almuerzo ____

Merienda ____

Cena ____

Merienda ____

Rutina de Ejercicios

____

____

____

Recordatorio Adicional

____

____

________ / __________________ / ________

Compromisos/Citas

- ____
- ____
- ____
- ____
- ____

Comidas

Desayuno ___________________________________

Merienda ___________________________________

Almuerzo ___________________________________

Merienda ___________________________________

Cena _______________________________________

Merienda ___________________________________

Rutina de Ejercicios

____

____

____

Recordatorio Adicional

____

____

________ / __________________ / ________

"El fracaso no es una opción. Todo el mundo tiene que triunfar."
Arnold Schwarzenegger

Compromisos/Citas

- ____
- ____
- ____
- ____
- ____

Comidas

Desayuno   _______________________________________

Merienda   _______________________________________

Almuerzo   _______________________________________

Merienda   _______________________________________

Cena   _______________________________________

Merienda   _______________________________________

Rutina de Ejercicios

____

____

____

Recordatorio Adicional

____

____

________ / __________________ / ________

"Todo lo que siempre has querido está al otro lado del miedo."
Jeffrey Gitomer

Compromisos/Citas

- ____
- ____
- ____
- ____
- ____

Comidas

Desayuno ___________________________________

Merienda ___________________________________

Almuerzo ___________________________________

Merienda ___________________________________

Cena ___________________________________

Merienda ___________________________________

Rutina de Ejercicios

____

____

____

Recordatorio Adicional

____

____

________ / __________________ / ________

Compromisos/Citas

- ____
- ____
- ____
- ____
- ____

Comidas

Desayuno ______________________________________

Merienda ______________________________________

Almuerzo ______________________________________

Merienda ______________________________________

Cena ______________________________________

Merienda ______________________________________

Rutina de Ejercicios

____
____
____

Recordatorio Adicional

____
____

________ / __________________ / ________

Compromisos/Citas

- ____
- ____
- ____
- ____
- ____

Comidas

Desayuno _______________________________________

Merienda _______________________________________

Almuerzo _______________________________________

Merienda _______________________________________

Cena ____

Merienda _______________________________________

Rutina de Ejercicios

____

____

____

Recordatorio Adicional

____

____

_________ / ____________________ / _________

"La calidad de la actuación empieza con una actitud positiva."
Jeffrey Gitomer

Compromisos/Citas

- ____
- ____
- ____
- ____
- ____

Comidas

Desayuno   _______________________________________

Merienda   _______________________________________

Almuerzo   _______________________________________

Merienda   _______________________________________

Cena   _______________________________________

Merienda   _______________________________________

Rutina de Ejercicios

____

____

____

Recordatorio Adicional

____

____

________ / _________________ / ________

Compromisos/Citas

- ____
- ____
- ____
- ____
- ____

Comidas

Desayuno _______________________________

Merienda _______________________________

Almuerzo _______________________________

Merienda _______________________________

Cena _______________________________

Merienda _______________________________

Rutina de Ejercicios

____
____
____

Recordatorio Adicional

____
____

________ / __________________ / ________

"Lo que haces hoy puede mejorar todos tus mañanas."
Ralph Marston

Compromisos/Citas

- ____
- ____
- ____
- ____
- ____

Comidas

Desayuno ____

Merienda ____

Almuerzo ____

Merienda ____

Cena ____

Merienda ____

Rutina de Ejercicios

____

____

____

Recordatorio Adicional

____

____

———————— / —————————————————— / ————————

"¿Quieres saber quién eres? No preguntes. ¡Actúa! La acción delineará y definirá quién eres." Thomas Jefferson

Compromisos/Citas

- ____
- ____
- ____
- ____
- ____

Comidas

Desayuno _______________________________________

Merienda _______________________________________

Almuerzo _______________________________________

Merienda _______________________________________

Cena ____

Merienda _______________________________________

Rutina de Ejercicios

____

____

____

Recordatorio Adicional

____

____

________ / __________________ / ________

"Cualquier cosa que la mente del hombre puede concebir y creer, puede ser conseguida." Napoleon Hill

Compromisos/Citas

- ____
- ____
- ____
- ____
- ____

Comidas

Desayuno ____

Merienda ____

Almuerzo ____

Merienda ____

Cena ____

Merienda ____

Rutina de Ejercicios

____
____
____

Recordatorio Adicional

____
____

________ / __________________ / ________

"Si dominamos nuestra mente, vendrá la felicidad."
Dalai Lama

Compromisos/Citas

- ____
- ____
- ____
- ____
- ____

Comidas

Desayuno   _____________________________________

Merienda   _____________________________________

Almuerzo   _____________________________________

Merienda   _____________________________________

Cena   _____________________________________

Merienda   _____________________________________

Rutina de Ejercicios

____
____
____

Recordatorio Adicional

____
____

________ / __________________ / ________

"Cuanto más duro sea el problema, más glorioso será el triunfo."
Thomas Paine

Compromisos/Citas

- ____
- ____
- ____
- ____
- ____

Comidas

Desayuno ____

Merienda ____

Almuerzo ____

Merienda ____

Cena ____

Merienda ____

Rutina de Ejercicios

____

____

____

Recordatorio Adicional

____

____

________ / __________________ / ________

"El placer y la acción hacen que las horas parezcan cortas."
William Shakespeare

Compromisos/Citas

- ____
- ____
- ____
- ____
- ____

Comidas

Desayuno   _______________________________________

Merienda   _______________________________________

Almuerzo   _______________________________________

Merienda   _______________________________________

Cena   _______________________________________

Merienda   _______________________________________

Rutina de Ejercicios

____

____

____

Recordatorio Adicional

____

____

________ / _________________ / ________

Compromisos/Citas

- _______________________________________
- _______________________________________
- _______________________________________
- _______________________________________
- _______________________________________

Comidas

Desayuno _______________________________________

Merienda _______________________________________

Almuerzo _______________________________________

Merienda _______________________________________

Cena _______________________________________

Merienda _______________________________________

Rutina de Ejercicios

____

____

____

Recordatorio Adicional

____

____

________ / __________________ / ________

"Cuidamos a las ovejas, dirigimos el ganado, lideramos personas. Lidérame, sígueme, o quítate de mi camino." George S. Patton

Compromisos/Citas

- ____
- ____
- ____
- ____
- ____

Comidas

Desayuno ____

Merienda ____

Almuerzo ____

Merienda ____

Cena ____

Merienda ____

Rutina de Ejercicios

____

____

____

Recordatorio Adicional

____

____

_________ / ____________________ / _________

"Una persona con una nueva idea es una broma hasta que la idea tiene éxito"
Mark Twain

Compromisos/Citas

- ____
- ____
- ____
- ____
- ____

Comidas

Desayuno ____

Merienda ____

Almuerzo ____

Merienda ____

Cena ____

Merienda ____

Rutina de Ejercicios

____

____

____

Recordatorio Adicional

____

____

________ / __________________ / ________

"Una meta es un sueño con una fecha límite."
Napoleon Hill

Compromisos/Citas

- ____
- ____
- ____
- ____
- ____

Comidas

Desayuno _______________________________________

Merienda _______________________________________

Almuerzo _______________________________________

Merienda _______________________________________

Cena ____

Merienda _______________________________________

Rutina de Ejercicios

____

____

____

Recordatorio Adicional

____

____

________ / __________________ / ________

"La motivación casi siempre le gana al mero talento."
Norman Ralph Augustine

Compromisos/Citas

- ____
- ____
- ____
- ____
- ____

Comidas

Desayuno _______________________________________

Merienda _______________________________________

Almuerzo _______________________________________

Merienda _______________________________________

Cena _______________________________________

Merienda _______________________________________

Rutina de Ejercicios

____

____

____

Recordatorio Adicional

____

____

Febrero

________ / ____________________ / ________

"La paz no se logra ganando guerras, sino mediante la reconciliación."
Albert Einstein

Compromisos/Citas

- ____
- ____
- ____
- ____
- ____

Comidas

Desayuno _______________________________________

Merienda _______________________________________

Almuerzo _______________________________________

Merienda _______________________________________

Cena ____

Merienda _______________________________________

Rutina de Ejercicios

____

____

____

Recordatorio Adicional

____

____

________ / __________________ / ________

"Lo que haces hoy puede mejorar todos tus mañanas."
Ralph Marston

Compromisos/Citas

- ____
- ____
- ____
- ____
- ____

Comidas

Desayuno _______________________________________

Merienda _______________________________________

Almuerzo _______________________________________

Merienda _______________________________________

Cena _______________________________________

Merienda _______________________________________

Rutina de Ejercicios

____

____

____

Recordatorio Adicional

____

____

________ / __________________ / ________

Compromisos/Citas

- ____
- ____
- ____
- ____
- ____

Comidas

Desayuno ____

Merienda ____

Almuerzo ____

Merienda ____

Cena ____

Merienda ____

Rutina de Ejercicios

____
____
____

Recordatorio Adicional

____
____

________ / __________________ / ________

"No merece la pena vivir una vida sin examinar."
Sócrates

Compromisos/Citas

- ____
- ____
- ____
- ____
- ____

Comidas

Desayuno ____

Merienda ____

Almuerzo ____

Merienda ____

Cena ____

Merienda ____

Rutina de Ejercicios

____
____
____

Recordatorio Adicional

____
____

________ / __________________ / ________

Compromisos/Citas

- ____
- ____
- ____
- ____
- ____

Comidas

Desayuno _______________________________________

Merienda _______________________________________

Almuerzo _______________________________________

Merienda _______________________________________

Cena ____

Merienda _______________________________________

Rutina de Ejercicios

____
____
____

Recordatorio Adicional

____
____

———————— / ——————————————— / ————————

"Cambia antes de que tengas que hacerlo."
Jack Welch

Compromisos/Citas

- ____
- ____
- ____
- ____
- ____

Comidas

Desayuno   ______________________________________

Merienda   ______________________________________

Almuerzo   ______________________________________

Merienda   ______________________________________

Cena   ______________________________________

Merienda   ______________________________________

Rutina de Ejercicios

____

____

____

Recordatorio Adicional

____

____

________ / __________________ / ________

"La felicidad está dentro de uno, no al lado de nadie."
Marilyn Monroe

Compromisos/Citas

- ____
- ____
- ____
- ____
- ____

Comidas

Desayuno ______________________________________

Merienda ______________________________________

Almuerzo ______________________________________

Merienda ______________________________________

Cena ______________________________________

Merienda ______________________________________

Rutina de Ejercicios

____

____

____

Recordatorio Adicional

____

____

________ / __________________ / ________

"Es en los problemas donde se esconden las oportunidades."
Albert Einstein

Compromisos/Citas

- ____
- ____
- ____
- ____
- ____

Comidas

Desayuno   ____

Merienda   ____

Almuerzo   ____

Merienda   ____

Cena   ____

Merienda   ____

Rutina de Ejercicios

____

____

____

Recordatorio Adicional

____

____

-------- / -------------------- / --------

Compromisos/Citas

- ____
- ____
- ____
- ____
- ____

Comidas

Desayuno _______________________________________

Merienda _______________________________________

Almuerzo _______________________________________

Merienda _______________________________________

Cena   _______________________________________

Merienda _______________________________________

Rutina de Ejercicios

____

____

____

Recordatorio Adicional

____

____

________ / __________________ / ________

*"Cuando los tiempos se ponen difíciles, no nos damos por vencidos.
Nos levantamos." Barack Obama*

Compromisos/Citas

- ____
- ____
- ____
- ____
- ____

Comidas

Desayuno _______________________________________

Merienda _______________________________________

Almuerzo _______________________________________

Merienda _______________________________________

Cena ____

Merienda _______________________________________

Rutina de Ejercicios

____

____

____

Recordatorio Adicional

____

____

________ / __________________ / ________

"Incluso si el mundo entero te da la espalda, siempre te tienes a ti mismo."
Lady Gaga

Compromisos/Citas

- ______________________________________
- ______________________________________
- ______________________________________
- ______________________________________
- ______________________________________

Comidas

Desayuno ______________________________________

Merienda ______________________________________

Almuerzo ______________________________________

Merienda ______________________________________

Cena ______________________________________

Merienda ______________________________________

Rutina de Ejercicios

____
____
____

Recordatorio Adicional

____
____

________ / __________________ / ________

"Apunta a la luna. Si fallas, podrías dar a una estrella."
W. Clement Stone

Compromisos/Citas

- ____
- ____
- ____
- ____
- ____

Comidas

Desayuno ___________________________________

Merienda ___________________________________

Almuerzo ___________________________________

Merienda ___________________________________

Cena ______________________________________

Merienda ___________________________________

Rutina de Ejercicios

____
____
____

Recordatorio Adicional

____
____

________ / ___________________ / ________

Compromisos/Citas

- ____
- ____
- ____
- ____
- ____

Comidas

Desayuno _______________________________________

Merienda _______________________________________

Almuerzo _______________________________________

Merienda _______________________________________

Cena _______________________________________

Merienda _______________________________________

Rutina de Ejercicios

____

____

____

Recordatorio Adicional

____

____

________ / _________________ / ________

"Nunca tengas miedo de soñar."
Lady Gaga

Compromisos/Citas

- ____
- ____
- ____
- ____
- ____

Comidas

Desayuno _______________________________________

Merienda _______________________________________

Almuerzo _______________________________________

Merienda _______________________________________

Cena ____

Merienda _______________________________________

Rutina de Ejercicios

____
____
____

Recordatorio Adicional

____
____

________ / __________________ / ________

Compromisos/Citas

- ____
- ____
- ____
- ____
- ____

Comidas

Desayuno   ____

Merienda   ____

Almuerzo   ____

Merienda   ____

Cena   ____

Merienda   ____

Rutina de Ejercicios

____

____

____

Recordatorio Adicional

____

____

_________ / ____________________ / _________

"Tus acciones positivas combinadas con pensamientos positivos resultan en el éxito" Shiv Khera

Compromisos/Citas

* ____
* ____
* ____
* ____
* ____

Comidas

Desayuno ____

Merienda ____

Almuerzo ____

Merienda ____

Cena ____

Merienda ____

Rutina de Ejercicios

____
____
____

Recordatorio Adicional

____
____

_________ / ____________________ / _________

Compromisos/Citas

- ____
- ____
- ____
- ____
- ____

Comidas

Desayuno _______________________________________

Merienda _______________________________________

Almuerzo _______________________________________

Merienda _______________________________________

Cena _______________________________________

Merienda _______________________________________

Rutina de Ejercicios

____
____
____

Recordatorio Adicional

____
____

-------- / ------------------- / --------

"Atribuyo mi éxito a esto: Nunca di ni acepté una excusa."
Florence Nightengale

Compromisos/Citas

- ____
- ____
- ____
- ____
- ____

Comidas

Desayuno   ____

Merienda   ____

Almuerzo   ____

Merienda   ____

Cena   ____

Merienda   ____

Rutina de Ejercicios

____

____

____

Recordatorio Adicional

____

____

_________ / __________________ / _________

Compromisos/Citas

- ____
- ____
- ____
- ____
- ____

Comidas

Desayuno   _______________________________________

Merienda   _______________________________________

Almuerzo   _______________________________________

Merienda   _______________________________________

Cena   _______________________________________

Merienda   _______________________________________

Rutina de Ejercicios

____

____

____

Recordatorio Adicional

____

____

________ / ____________________ / ________

"Tú mismo defines tu belleza, la sociedad no define tu belleza. Tu espíritu y tu fe definen tu belleza." Lady Gaga

Compromisos/Citas

- ____
- ____
- ____
- ____
- ____

Comidas

Desayuno ____

Merienda ____

Almuerzo ____

Merienda ____

Cena ____

Merienda ____

Rutina de Ejercicios

____

____

____

Recordatorio Adicional

____

____

________ / __________________ / ________

Compromisos/Citas

- ____
- ____
- ____
- ____
- ____

Comidas

Desayuno   _______________________________________

Merienda   _______________________________________

Almuerzo   _______________________________________

Merienda   _______________________________________

Cena   _______________________________________

Merienda   _______________________________________

Rutina de Ejercicios

____

____

____

Recordatorio Adicional

____

____

________ / __________________ / ________

"Una actitud mental positiva y fuerte creará más milagros que cualquier droga."
Patricia Neal

Compromisos/Citas

- ____
- ____
- ____
- ____
- ____

Comidas

Desayuno ______________________________________

Merienda ______________________________________

Almuerzo ______________________________________

Merienda ______________________________________

Cena ____

Merienda ______________________________________

Rutina de Ejercicios

____

____

____

Recordatorio Adicional

____

____

________ / __________________ / ________

"Debes hacer las cosas que crees que no puedes hacer."
Eleanor Roosevelt

Compromisos/Citas

- ____
- ____
- ____
- ____
- ____

Comidas

Desayuno ____________________________________

Merienda ____________________________________

Almuerzo ____________________________________

Merienda ____________________________________

Cena ____________________________________

Merienda ____________________________________

Rutina de Ejercicios

____
____
____

Recordatorio Adicional

____
____

________ / __________________ / ________

Compromisos/Citas

- _______________________________________
- _______________________________________
- _______________________________________
- _______________________________________
- _______________________________________

Comidas

Desayuno _______________________________________

Merienda _______________________________________

Almuerzo _______________________________________

Merienda _______________________________________

Cena _______________________________________

Merienda _______________________________________

Rutina de Ejercicios

____
____
____

Recordatorio Adicional

____
____

________ / _________________ / ________

Compromisos/Citas

- ____
- ____
- ____
- ____
- ____

Comidas

Desayuno _______________________________________

Merienda _______________________________________

Almuerzo _______________________________________

Merienda _______________________________________

Cena ____

Merienda _______________________________________

Rutina de Ejercicios

____
____
____

Recordatorio Adicional

____
____

________ / __________________ / ________

Compromisos/Citas

- ____
- ____
- ____
- ____
- ____

Comidas

Desayuno _______________________________________

Merienda _______________________________________

Almuerzo _______________________________________

Merienda _______________________________________

Cena _______________________________________

Merienda _______________________________________

Rutina de Ejercicios

____

____

____

Recordatorio Adicional

____

____

________ / __________________ / ________

"Los pocos que hacen son la envidia de los muchos que solo ven."
Jim Rohn

Compromisos/Citas

- ____
- ____
- ____
- ____
- ____

Comidas

Desayuno _______________________________________

Merienda _______________________________________

Almuerzo _______________________________________

Merienda _______________________________________

Cena _______________________________________

Merienda _______________________________________

Rutina de Ejercicios

____

____

____

Recordatorio Adicional

____

____

________ / __________________ / ________

"Mi madre siempre me dijo que el 95% de éxito es asociarse bien."
Marc Anthony

Compromisos/Citas

- ____
- ____
- ____
- ____
- ____

Comidas

Desayuno _______________________________________

Merienda _______________________________________

Almuerzo _______________________________________

Merienda _______________________________________

Cena ____

Merienda _______________________________________

Rutina de Ejercicios

____
____
____

Recordatorio Adicional

____
____

________ / __________________ / ________

"Confía en ti mismo. Sabes más de lo que piensas."
Dr. Benjamin Spock

Compromisos/Citas

- ____
- ____
- ____
- ____
- ____

Comidas

Desayuno _______________________________________

Merienda _______________________________________

Almuerzo _______________________________________

Merienda _______________________________________

Cena _______________________________________

Merienda _______________________________________

Rutina de Ejercicios

____

____

____

Recordatorio Adicional

____

____

Marzo

_________ / ____________________ / _________

Compromisos/Citas

- ____
- ____
- ____
- ____
- ____

Comidas

Desayuno   ____

Merienda   ____

Almuerzo   ____

Merienda   ____

Cena   ____

Merienda   ____

Rutina de Ejercicios

____

____

____

Recordatorio Adicional

____

____

________ / __________________ / ________

"Llegas más lejos en la vida sin usar drogas."
Selena Quintanilla

Compromisos/Citas

- ____
- ____
- ____
- ____
- ____

Comidas

Desayuno ______________________________________

Merienda ______________________________________

Almuerzo ______________________________________

Merienda ______________________________________

Cena ______________________________________

Merienda ______________________________________

Rutina de Ejercicios

____

____

____

Recordatorio Adicional

____

____

________ / __________________ / ________

"Cada persona debe vivir su vida como un modelo para otros."
Rosa Parks

Compromisos/Citas

- ____
- ____
- ____
- ____
- ____

Comidas

Desayuno ____

Merienda ____

Almuerzo ____

Merienda ____

Cena ____

Merienda ____

Rutina de Ejercicios

____

____

____

Recordatorio Adicional

____

____

________ / __________________ / ________

"El éxito no es la clave de la felicidad. La felicidad es la clave del éxito."
Herman Cain

Compromisos/Citas

- ____
- ____
- ____
- ____
- ____

Comidas

Desayuno   _______________________________________

Merienda   _______________________________________

Almuerzo   _______________________________________

Merienda   _______________________________________

Cena   _______________________________________

Merienda   _______________________________________

Rutina de Ejercicios

____

____

____

Recordatorio Adicional

____

____

________ / __________________ / ________

"No dejes que lo que no puedas hacer interfiera con lo que puedes hacer."
John R. Wooden

Compromisos/Citas

- ____
- ____
- ____
- ____
- ____

Comidas

Desayuno ____

Merienda ____

Almuerzo ____

Merienda ____

Cena ____

Merienda ____

Rutina de Ejercicios

____

____

____

Recordatorio Adicional

____

____

________ / __________________ / ________

"Hay que vivir con alegría las pequeñas cosas de la vida cotidiana (...)
No te prives de pasar un buen día." Papa Francisco

Compromisos/Citas

- ____
- ____
- ____
- ____
- ____

Comidas

Desayuno ____

Merienda ____

Almuerzo ____

Merienda ____

Cena ____

Merienda ____

Rutina de Ejercicios

____
____
____

Recordatorio Adicional

____
____

________ / __________________ / ________

Compromisos/Citas

- ____
- ____
- ____
- ____
- ____

Comidas

Desayuno ____

Merienda ____

Almuerzo ____

Merienda ____

Cena ____

Merienda ____

Rutina de Ejercicios

____

____

____

Recordatorio Adicional

____

____

________ / _________________ / ________

"Las ideas tienen que ir tomando forma. Se van haciendo realidad al trabajar en ellas. Solo hay que ponerse en marcha."Mark Zuckerberg

Compromisos/Citas

- ____
- ____
- ____
- ____
- ____

Comidas

Desayuno   ____

Merienda   ____

Almuerzo   ____

Merienda   ____

Cena   ____

Merienda   ____

Rutina de Ejercicios

____

____

____

Recordatorio Adicional

____

____

________ / ___________________ / ________

"Contra lo que luchamos es en lo que nos convertimos."
Oprah Winfrey

Compromisos/Citas

- ____
- ____
- ____
- ____
- ____

Comidas

Desayuno _______________________________________

Merienda _______________________________________

Almuerzo _______________________________________

Merienda _______________________________________

Cena _______________________________________

Merienda _______________________________________

Rutina de Ejercicios

____

____

____

Recordatorio Adicional

____

____

________ / __________________ / ________

Compromisos/Citas

- _______________________________________
- _______________________________________
- _______________________________________
- _______________________________________
- _______________________________________

Comidas

Desayuno _______________________________

Merienda _______________________________

Almuerzo _______________________________

Merienda _______________________________

Cena ___________________________________

Merienda _______________________________

Rutina de Ejercicios

____

____

____

Recordatorio Adicional

____

____

________ / ___________________ / ________

"Las acciones positivas combinadas con el pensamiento positivo producen el éxito." Shiv Khera

Compromisos/Citas

- ____
- ____
- ____
- ____
- ____

Comidas

Desayuno ____

Merienda ____

Almuerzo ____

Merienda ____

Cena ____

Merienda ____

Rutina de Ejercicios

____

____

____

Recordatorio Adicional

____

____

________ / __________________ / ________

Compromisos/Citas

- ____
- ____
- ____
- ____
- ____

Comidas

Desayuno ___________________________________

Merienda ___________________________________

Almuerzo ___________________________________

Merienda ___________________________________

Cena ___________________________________

Merienda ___________________________________

Rutina de Ejercicios

____
____
____

Recordatorio Adicional

____
____

________ / ____________________ / ________

"El éxito consiste en hacer cosas ordinarias de manera extraordinaria."
Jim Rohn

Compromisos/Citas

- ____
- ____
- ____
- ____
- ____

Comidas

Desayuno ____

Merienda ____

Almuerzo ____

Merienda ____

Cena ____

Merienda ____

Rutina de Ejercicios

____
____
____

Recordatorio Adicional

____
____

________ / ___________________ / ________

"Si quieres cambiar lo visible, primero debes cambiar lo invisible."
T.Harv Eker

Compromisos/Citas

- ____
- ____
- ____
- ____
- ____

Comidas

Desayuno ____

Merienda ____

Almuerzo ____

Merienda ____

Cena ____

Merienda ____

Rutina de Ejercicios

____

____

____

Recordatorio Adicional

____

____

________ / _________________ / ________

Compromisos/Citas

* ____
* ____
* ____
* ____
* ____

Comidas

Desayuno ____

Merienda ____

Almuerzo ____

Merienda ____

Cena ____

Merienda ____

Rutina de Ejercicios

____
____
____

Recordatorio Adicional

____
____

________ / __________________ / ________

"Usa el dolor como una piedra en tu camino, no como una zona para acampar."
Alan Cohen

Compromisos/Citas

- _______________________________________
- _______________________________________
- _______________________________________
- _______________________________________
- _______________________________________

Comidas

Desayuno _______________________________________

Merienda _______________________________________

Almuerzo _______________________________________

Merienda _______________________________________

Cena _______________________________________

Merienda _______________________________________

Rutina de Ejercicios

____

____

____

Recordatorio Adicional

____

____

________ / __________________ / ________

Compromisos/Citas

- ____
- ____
- ____
- ____
- ____

Comidas

Desayuno ____

Merienda ____

Almuerzo ____

Merienda ____

Cena ____

Merienda ____

Rutina de Ejercicios

____

____

____

Recordatorio Adicional

____

____

———————— / ——————————————— / ————————

Compromisos/Citas

- ____
- ____
- ____
- ____
- ____

Comidas

Desayuno   ___________________________________

Merienda   ___________________________________

Almuerzo   ___________________________________

Merienda   ___________________________________

Cena   ___________________________________

Merienda   ___________________________________

Rutina de Ejercicios

____

____

____

Recordatorio Adicional

____

____

________ / __________________ / ________

*"No juzgues cada día por la cosecha que has obtenido,
sino por las semillas que has plantado."* Robert Louis Stevenson

Compromisos/Citas

- ____
- ____
- ____
- ____
- ____

Comidas

Desayuno ____

Merienda ____

Almuerzo ____

Merienda ____

Cena ____

Merienda ____

Rutina de Ejercicios

____

____

____

Recordatorio Adicional

____

____

________ / __________________ / ________

Compromisos/Citas

- ____
- ____
- ____
- ____
- ____

Comidas

Desayuno _______________________________________

Merienda _______________________________________

Almuerzo _______________________________________

Merienda _______________________________________

Cena _______________________________________

Merienda _______________________________________

Rutina de Ejercicios

____

____

____

Recordatorio Adicional

____

____

________ / __________________ / ________

"El futuro pertenece a aquellos que creen en la belleza de sus sueños."
Eleanor Roosevelt

Compromisos/Citas

- _______________________________________
- _______________________________________
- _______________________________________
- _______________________________________
- _______________________________________

Comidas

Desayuno   _______________________________________

Merienda   _______________________________________

Almuerzo   _______________________________________

Merienda   _______________________________________

Cena   _______________________________________

Merienda   _______________________________________

Rutina de Ejercicios

____
____
____

Recordatorio Adicional

____
____

________ / __________________ / ________

"Tu tiempo es limitado, así que no lo pierdas viviendo la vida de otra persona."
Steve Jobs

Compromisos/Citas

- ____
- ____
- ____
- ____
- ____

Comidas

Desayuno _______________________________________

Merienda _______________________________________

Almuerzo _______________________________________

Merienda _______________________________________

Cena _______________________________________

Merienda _______________________________________

Rutina de Ejercicios

____

____

____

Recordatorio Adicional

____

____

________ / __________________ / ________

Compromisos/Citas

- _______________________________________
- _______________________________________
- _______________________________________
- _______________________________________
- _______________________________________

Comidas

Desayuno _______________________________

Merienda _______________________________

Almuerzo _______________________________

Merienda _______________________________

Cena   _______________________________

Merienda _______________________________

Rutina de Ejercicios

____

____

____

Recordatorio Adicional

____

____

________ / ___________________ / ________

*"La vida se acrecienta dándola y se debilita en el aislamiento y la comodidad.
Madura a la vez que nos damos a los otros" Papa Francisco*

Compromisos/Citas

- ____
- ____
- ____
- ____
- ____

Comidas

Desayuno ____

Merienda ____

Almuerzo ____

Merienda ____

Cena ____

Merienda ____

Rutina de Ejercicios

____
____
____

Recordatorio Adicional

____
____

________ / __________________ / ________

Compromisos/Citas

- _______________________________________
- _______________________________________
- _______________________________________
- _______________________________________
- _______________________________________

Comidas

Desayuno _______________________________

Merienda _______________________________

Almuerzo _______________________________

Merienda _______________________________

Cena _______________________________

Merienda _______________________________

Rutina de Ejercicios

____

____

____

Recordatorio Adicional

____

____

-------- / -------------------- / --------

"Establece altas metas y no te pares hasta que las consigas."
Bo Jackson

Compromisos/Citas

- ____
- ____
- ____
- ____
- ____

Comidas

Desayuno ___________________________________

Merienda ___________________________________

Almuerzo ___________________________________

Merienda ___________________________________

Cena ___________________________________

Merienda ___________________________________

Rutina de Ejercicios

____
____
____

Recordatorio Adicional

____
____

________ / ____________________ / ________

"No se trata de si te derriban; se trata de si te levantas."
Vince Lombardi

Compromisos/Citas

- ____
- ____
- ____
- ____
- ____

Comidas

Desayuno ____

Merienda ____

Almuerzo ____

Merienda ____

Cena ____

Merienda ____

Rutina de Ejercicios

____

____

____

Recordatorio Adicional

____

____

________ / __________________ / ________

*"Si vives cada día de tu vida como si fuera el último,
algún día realmente tendrás razón".* Steve Jobs

Compromisos/Citas

- ____
- ____
- ____
- ____
- ____

Comidas

Desayuno ____

Merienda ____

Almuerzo ____

Merienda ____

Cena ____

Merienda ____

Rutina de Ejercicios

____

____

____

Recordatorio Adicional

____

____

________ / __________________ / ________

"Para tener éxito, primero debemos creer que podemos."
Nikos Kazantzakis

Compromisos/Citas

- ____
- ____
- ____
- ____
- ____

Comidas

Desayuno ___________________________________

Merienda ___________________________________

Almuerzo ___________________________________

Merienda ___________________________________

Cena ______________________________________

Merienda ___________________________________

Rutina de Ejercicios

____

____

____

Recordatorio Adicional

____

____

________ / __________________ / ________

"Esfuerzo continuo, no fuerza o inteligencia, es la clave para liberar nuestro potencial" Winston Churchill

Compromisos/Citas

- ____
- ____
- ____
- ____
- ____

Comidas

Desayuno   _______________________________________

Merienda   _______________________________________

Almuerzo   _______________________________________

Merienda   _______________________________________

Cena   _______________________________________

Merienda   _______________________________________

Rutina de Ejercicios

____

____

____

Recordatorio Adicional

____

____

________ / __________________ / ________

Compromisos/Citas

- _______________________________________
- _______________________________________
- _______________________________________
- _______________________________________
- _______________________________________

Comidas

Desayuno   _______________________________________

Merienda   _______________________________________

Almuerzo   _______________________________________

Merienda   _______________________________________

Cena   _______________________________________

Merienda   _______________________________________

Rutina de Ejercicios

____

____

____

Recordatorio Adicional

____

____

Abril

________ / __________________ / ________

"Nunca digas nunca. Porque los límites, como el miedo,
a menudo son solo una ilusión." Michael Jordan

Compromisos/Citas

- ____
- ____
- ____
- ____
- ____

Comidas

Desayuno ______________________________________

Merienda ______________________________________

Almuerzo ______________________________________

Merienda ______________________________________

Cena ____

Merienda ______________________________________

Rutina de Ejercicios

____

____

____

Recordatorio Adicional

____

____

________ / __________________ / ________

"El mayor placer de la vida es hacer lo que la gente dice que no puedes hacer."
Walter Bagehot

Compromisos/Citas

- ____
- ____
- ____
- ____
- ____

Comidas

Desayuno ______________________________________

Merienda ______________________________________

Almuerzo ______________________________________

Merienda ______________________________________

Cena ______________________________________

Merienda ______________________________________

Rutina de Ejercicios

____

____

____

Recordatorio Adicional

____

____

________ / __________________ / ________

*"Un hombre creativo está motivado por el deseo de lograr algo,
no por el deseo de vencer a otros." Ayn Rand*

Compromisos/Citas

- ____
- ____
- ____
- ____
- ____

Comidas

Desayuno ____

Merienda ____

Almuerzo ____

Merienda ____

Cena ____

Merienda ____

Rutina de Ejercicios

____

____

____

Recordatorio Adicional

____

____

________ / __________________ / ________

"Tienes que luchar para alcanzar tus sueños. Tienes que sacrificarte y trabajar duro para ello." Lionel Messi

Compromisos/Citas

- ____
- ____
- ____
- ____
- ____

Comidas

Desayuno ______________________________________

Merienda ______________________________________

Almuerzo ______________________________________

Merienda ______________________________________

Cena ______________________________________

Merienda ______________________________________

Rutina de Ejercicios

____
____
____

Recordatorio Adicional

____
____

________ / __________________ / ________

"El éxito es la suma de pequeños esfuerzos repetidos un día sí y otro también."
Robert Collier

Compromisos/Citas

- ____
- ____
- ____
- ____
- ____

Comidas

Desayuno ______________________________________

Merienda ______________________________________

Almuerzo ______________________________________

Merienda ______________________________________

Cena ____

Merienda ______________________________________

Rutina de Ejercicios

____

____

____

Recordatorio Adicional

____

____

________ / __________________ / ________

"El hombre es producto de sus pensamientos."
Gandhi

Compromisos/Citas

- ____
- ____
- ____
- ____
- ____

Comidas

Desayuno _______________________________________

Merienda _______________________________________

Almuerzo _______________________________________

Merienda _______________________________________

Cena ____

Merienda _______________________________________

Rutina de Ejercicios

____
____
____

Recordatorio Adicional

____
____

________ / __________________ / ________

Compromisos/Citas

- _______________________________________
- _______________________________________
- _______________________________________
- _______________________________________
- _______________________________________

Comidas

Desayuno   _______________________________________

Merienda   _______________________________________

Almuerzo   _______________________________________

Merienda   _______________________________________

Cena   _______________________________________

Merienda   _______________________________________

Rutina de Ejercicios

____
____
____

Recordatorio Adicional

____
____

________ / __________________ / ________

"Siempre haz lo mejor que puedas. Lo que siembres hoy,
lo cosecharás más adelante." Og Mandino

Compromisos/Citas

- _______________________________________
- _______________________________________
- _______________________________________
- _______________________________________
- _______________________________________

Comidas

Desayuno _______________________________

Merienda _______________________________

Almuerzo _______________________________

Merienda _______________________________

Cena ___________________________________

Merienda _______________________________

Rutina de Ejercicios

____

____

____

Recordatorio Adicional

____

____

"Nada es imposible, el mundo en sí mismo dice ¡soy posible!." Audrey Hepburn

Compromisos/Citas

- ____
- ____
- ____
- ____
- ____

Comidas

Desayuno _______________________________________

Merienda _______________________________________

Almuerzo _______________________________________

Merienda _______________________________________

Cena ____

Merienda _______________________________________

Rutina de Ejercicios

____

____

____

Recordatorio Adicional

____

____

________ / __________________ / ________

"No es necesario hacer cosas extraordinarias para conseguir resultados extraordinarios." Warren Buffett

Compromisos/Citas

- ____
- ____
- ____
- ____
- ____

Comidas

Desayuno   _______________________________________

Merienda   _______________________________________

Almuerzo   _______________________________________

Merienda   _______________________________________

Cena   _______________________________________

Merienda   _______________________________________

Rutina de Ejercicios

____
____
____

Recordatorio Adicional

____
____

________ / __________________ / ________

Compromisos/Citas

- ____
- ____
- ____
- ____
- ____

Comidas

Desayuno ____

Merienda ____

Almuerzo ____

Merienda ____

Cena ____

Merienda ____

Rutina de Ejercicios

____

____

____

Recordatorio Adicional

____

____

________ / __________________ / ________

Compromisos/Citas

- ____
- ____
- ____
- ____
- ____

Comidas

Desayuno   _______________________________________

Merienda   _______________________________________

Almuerzo   _______________________________________

Merienda   _______________________________________

Cena   _______________________________________

Merienda   _______________________________________

Rutina de Ejercicios

____
____
____

Recordatorio Adicional

____
____

________ / __________________ / ________

Compromisos/Citas

- ____________________________________
- ____________________________________
- ____________________________________
- ____________________________________
- ____________________________________

Comidas

Desayuno ____________________________________

Merienda ____________________________________

Almuerzo ____________________________________

Merienda ____________________________________

Cena ____________________________________

Merienda ____________________________________

Rutina de Ejercicios

____

____

____

Recordatorio Adicional

____

____

________ / __________________ / ________

Compromisos/Citas

- ____
- ____
- ____
- ____
- ____

Comidas

Desayuno ______________________________________

Merienda ______________________________________

Almuerzo ______________________________________

Merienda ______________________________________

Cena ______________________________________

Merienda ______________________________________

Rutina de Ejercicios

____

____

____

Recordatorio Adicional

____

____

________ / __________________ / ________

Compromisos/Citas

- ____
- ____
- ____
- ____
- ____

Comidas

Desayuno ___________________________________

Merienda ___________________________________

Almuerzo ___________________________________

Merienda ___________________________________

Cena _______________________________________

Merienda ___________________________________

Rutina de Ejercicios

____

____

____

Recordatorio Adicional

____

____

________ / __________________ / ________

Compromisos/Citas

- _______________________________________
- _______________________________________
- _______________________________________
- _______________________________________
- _______________________________________

Comidas

Desayuno _______________________________

Merienda _______________________________

Almuerzo _______________________________

Merienda _______________________________

Cena _______________________________

Merienda _______________________________

Rutina de Ejercicios

____
____
____

Recordatorio Adicional

____
____

________ / __________________ / ________

"Solo yo puedo cambiar mi vida. Nadie puede hacerlo por mí."
Carol Burnett

Compromisos/Citas

- ____
- ____
- ____
- ____
- ____

Comidas

Desayuno ____

Merienda ____

Almuerzo ____

Merienda ____

Cena ____

Merienda ____

Rutina de Ejercicios

____

____

____

Recordatorio Adicional

____

____

________ / ___________________ / ________

Compromisos/Citas

- ____
- ____
- ____
- ____
- ____

Comidas

Desayuno ___________________________________

Merienda ___________________________________

Almuerzo ___________________________________

Merienda ___________________________________

Cena _______________________________________

Merienda ___________________________________

Rutina de Ejercicios

____

____

____

Recordatorio Adicional

____

____

________ / __________________ / ________

Compromisos/Citas

- ____
- ____
- ____
- ____
- ____

Comidas

Desayuno _______________________________________

Merienda _______________________________________

Almuerzo _______________________________________

Merienda _______________________________________

Cena ____

Merienda _______________________________________

Rutina de Ejercicios

____

____

____

Recordatorio Adicional

____

____

________ / __________________ / ________

"Nunca eres demasiado viejo para establecer otro objetivo o para soñar un nue-vo sueño." Les Brown

Compromisos/Citas

- ____
- ____
- ____
- ____
- ____

Comidas

Desayuno ____

Merienda ____

Almuerzo ____

Merienda ____

Cena ____

Merienda ____

Rutina de Ejercicios

____
____
____

Recordatorio Adicional

____
____

________ / __________________ / ________

Compromisos/Citas

- ____
- ____
- ____
- ____
- ____

Comidas

Desayuno ___________________________________

Merienda ___________________________________

Almuerzo ___________________________________

Merienda ___________________________________

Cena ___________________________________

Merienda ___________________________________

Rutina de Ejercicios

____

____

____

Recordatorio Adicional

____

____

________ / __________________ / ________

"No puedes tener una vida positiva y una mente negativa."
Joyce Meyer

Compromisos/Citas

- ____
- ____
- ____
- ____
- ____

Comidas

Desayuno _______________________________________

Merienda _______________________________________

Almuerzo _______________________________________

Merienda _______________________________________

Cena ____

Merienda _______________________________________

Rutina de Ejercicios

____
____
____

Recordatorio Adicional

____
____

________ / ____________________ / ________

*"El miedo es una emoción inútil. No tomes decisiones basadas en el miedo,
tómalas basándote en la esperanza y en la posibilidad". Michelle Obama*

Compromisos/Citas

- ____
- ____
- ____
- ____
- ____

Comidas

Desayuno ____

Merienda ____

Almuerzo ____

Merienda ____

Cena ____

Merienda ____

Rutina de Ejercicios

____

____

____

Recordatorio Adicional

____

____

________ / __________________ / ________

"Piensa en toda la belleza que todavía queda a tu alrededor y sé feliz."
Anne Frank

Compromisos/Citas

- ____
- ____
- ____
- ____
- ____

Comidas

Desayuno ____________________________________

Merienda ____________________________________

Almuerzo ____________________________________

Merienda ____________________________________

Cena ____

Merienda ____________________________________

Rutina de Ejercicios

____

____

____

Recordatorio Adicional

____

____

________ / _________________ / ________

"Piensa en toda la belleza que todavía queda a tu alrededor y sé feliz."
Anne Frank

Compromisos/Citas

- ____
- ____
- ____
- ____
- ____

Comidas

Desayuno   _______________________________________

Merienda   _______________________________________

Almuerzo   _______________________________________

Merienda   _______________________________________

Cena   _______________________________________

Merienda   _______________________________________

Rutina de Ejercicios

____

____

____

Recordatorio Adicional

____

____

________ / __________________ / ________

"Mantén tu cara hacia el sol y no podrás ver una sola sombra."
Helen Keller

Compromisos/Citas

- ____
- ____
- ____
- ____
- ____

Comidas

Desayuno ____

Merienda ____

Almuerzo ____

Merienda ____

Cena ____

Merienda ____

Rutina de Ejercicios

____

____

____

Recordatorio Adicional

____

____

________ / __________________ / ________

Compromisos/Citas

- ____
- ____
- ____
- ____
- ____

Comidas

Desayuno ___________________________________

Merienda ___________________________________

Almuerzo ___________________________________

Merienda ___________________________________

Cena ___________________________________

Merienda ___________________________________

Rutina de Ejercicios

____

____

____

Recordatorio Adicional

____

____

________ / __________________ / ________

"Si te caíste ayer, levántate hoy."
H. G. Wells

Compromisos/Citas

- ____
- ____
- ____
- ____
- ____

Comidas

Desayuno ____

Merienda ____

Almuerzo ____

Merienda ____

Cena ____

Merienda ____

Rutina de Ejercicios

____

____

____

Recordatorio Adicional

____

____

———— / —————————— / ————

"La vida es como conducir una bicicleta. Para mantener el equilibrio, debes seguir adelante." Albert Einstein

Compromisos/Citas

- ____
- ____
- ____
- ____
- ____

Comidas

Desayuno ______________________________________

Merienda ______________________________________

Almuerzo ______________________________________

Merienda ______________________________________

Cena ____

Merienda ______________________________________

Rutina de Ejercicios

____

____

____

Recordatorio Adicional

____

____

-------- / -------------------- / --------

"Actúa como si lo que haces marcara una gran diferencia. Lo hace."
William James

Compromisos/Citas

- ____
- ____
- ____
- ____
- ____

Comidas

Desayuno   ______________________________________

Merienda   ______________________________________

Almuerzo   ______________________________________

Merienda   ______________________________________

Cena   ______________________________________

Merienda   ______________________________________

Rutina de Ejercicios

____
____
____

Recordatorio Adicional

____
____

________ / __________________ / ________

"Es justamente la posibilidad de realizar un sueño lo que hace que la vida sea interesante." Paulo Coelho

Compromisos/Citas

- ____
- ____
- ____
- ____
- ____

Comidas

Desayuno _______________________________________

Merienda _______________________________________

Almuerzo _______________________________________

Merienda _______________________________________

Cena _______________________________________

Merienda _______________________________________

Rutina de Ejercicios

____

____

____

Recordatorio Adicional

____

____

Mayo

________ / __________________ / ________

Compromisos/Citas

- ____
- ____
- ____
- ____
- ____

Comidas

Desayuno ____

Merienda ____

Almuerzo ____

Merienda ____

Cena ____

Merienda ____

Rutina de Ejercicios

____

____

____

Recordatorio Adicional

____

____

________ / __________________ / ________

Compromisos/Citas

- ____
- ____
- ____
- ____
- ____

Comidas

Desayuno _______________________________________

Merienda _______________________________________

Almuerzo _______________________________________

Merienda _______________________________________

Cena ____

Merienda _______________________________________

Rutina de Ejercicios

____

____

____

Recordatorio Adicional

____

____

________ / __________________ / ________

"Cuanto más tiempo pase sin que actúes más dinero estás dejando de ganar."
Carrie Wilkerson

Compromisos/Citas

- ____
- ____
- ____
- ____
- ____

Comidas

Desayuno _______________________________________

Merienda _______________________________________

Almuerzo _______________________________________

Merienda _______________________________________

Cena ____

Merienda _______________________________________

Rutina de Ejercicios

____

____

____

Recordatorio Adicional

____

____

________ / __________________ / ________

"El éxito nunca es definitivo. El fracaso nunca es fatal. Es el valor lo que cuenta."
Winston Churchill

Compromisos/Citas

- ____
- ____
- ____
- ____
- ____

Comidas

Desayuno ______________________________________

Merienda ______________________________________

Almuerzo ______________________________________

Merienda ______________________________________

Cena ______________________________________

Merienda ______________________________________

Rutina de Ejercicios

____
____
____

Recordatorio Adicional

____
____

________ / __________________ / ________

Compromisos/Citas

- ____
- ____
- ____
- ____
- ____

Comidas

Desayuno _______________________________________

Merienda _______________________________________

Almuerzo _______________________________________

Merienda _______________________________________

Cena ____

Merienda _______________________________________

Rutina de Ejercicios

____
____
____

Recordatorio Adicional

____
____

________ / _________________ / ________

"No desistas, la felicidad puede estar a la vuelta de la esquina."
Marta Gárgoles

Compromisos/Citas

- ____
- ____
- ____
- ____
- ____

Comidas

Desayuno ______________________________________

Merienda ______________________________________

Almuerzo ______________________________________

Merienda ______________________________________

Cena ______________________________________

Merienda ______________________________________

Rutina de Ejercicios

____
____
____

Recordatorio Adicional

____
____

________ / __________________ / ________

"No quiero ganarme la vida, quiero vivir."
Oscar Wilde

Compromisos/Citas

- ______________________________________
- ______________________________________
- ______________________________________
- ______________________________________
- ______________________________________

Comidas

Desayuno __________________________________

Merienda __________________________________

Almuerzo __________________________________

Merienda __________________________________

Cena __________________________________

Merienda __________________________________

Rutina de Ejercicios

____

____

____

Recordatorio Adicional

____

____

________ / __________________ / ________

"La edad no es barrera. Es una limitación que pones en tu mente."
Jackie Joyner-Kersee

Compromisos/Citas

- ____
- ____
- ____
- ____
- ____

Comidas

Desayuno _______________________________________

Merienda _______________________________________

Almuerzo _______________________________________

Merienda _______________________________________

Cena ____

Merienda _______________________________________

Rutina de Ejercicios

____
____
____

Recordatorio Adicional

____
____

________ / __________________ / ________

"Hay un punto de luz en cada nube de tormenta."
Bruce Beresford

Compromisos/Citas

- _______________________________________
- _______________________________________
- _______________________________________
- _______________________________________
- _______________________________________

Comidas

Desayuno _______________________________

Merienda _______________________________

Almuerzo _______________________________

Merienda _______________________________

Cena _______________________________

Merienda _______________________________

Rutina de Ejercicios

____

____

____

Recordatorio Adicional

____

____

-------- / ------------------- / --------

"Nunca vas a poder cruzar el océano hasta que tengas el coraje de perder de vista la costa." Cristobal Colón

Compromisos/Citas

- ____
- ____
- ____
- ____
- ____

Comidas

Desayuno __________________________________

Merienda __________________________________

Almuerzo __________________________________

Merienda __________________________________

Cena __________________________________

Merienda __________________________________

Rutina de Ejercicios

____
____
____

Recordatorio Adicional

____
____

________ / __________________ / ________

"La única discapacidad en la vida es una mala actitud."
Scott Hamilton

Compromisos/Citas

- ____
- ____
- ____
- ____
- ____

Comidas

Desayuno ____

Merienda ____

Almuerzo ____

Merienda ____

Cena ____

Merienda ____

Rutina de Ejercicios

____

____

____

Recordatorio Adicional

____

____

———————— / ———————————————————— / ————————

"Continúa a pesar de que todos esperen que abandones. No dejes que se oxide el hierro que hay en ti. " Teresa de Calcuta

Compromisos/Citas

* ____
* ____
* ____
* ____
* ____

Comidas

Desayuno ____

Merienda ____

Almuerzo ____

Merienda ____

Cena ____

Merienda ____

Rutina de Ejercicios

____

____

____

Recordatorio Adicional

____

____

________ / __________________ / ________

"La mejor motivación proviene siempre del interior."
Michael Johnson

Compromisos/Citas

- ____
- ____
- ____
- ____
- ____

Comidas

Desayuno ____

Merienda ____

Almuerzo ____

Merienda ____

Cena ____

Merienda ____

Rutina de Ejercicios

____

____

____

Recordatorio Adicional

____

____

________ / __________________ / ________

"Visión sin acción es un sueño. Acción sin visión es una pesadilla. "
Proverbio chino

Compromisos/Citas

- ____
- ____
- ____
- ____
- ____

Comidas

Desayuno   _______________________________________

Merienda   _______________________________________

Almuerzo   _______________________________________

Merienda   _______________________________________

Cena   _______________________________________

Merienda   _______________________________________

Rutina de Ejercicios

____

____

____

Recordatorio Adicional

____

____

_________ / ____________________ / _________

Compromisos/Citas

- ____
- ____
- ____
- ____
- ____

Comidas

Desayuno _______________________________________

Merienda _______________________________________

Almuerzo _______________________________________

Merienda _______________________________________

Cena _______________________________________

Merienda _______________________________________

Rutina de Ejercicios

____

____

____

Recordatorio Adicional

____

____

________ / __________________ / ________

"Cuanto más difícil es la victoria, mayor es la felicidad de ganar."
Pelé

Compromisos/Citas

- ____
- ____
- ____
- ____
- ____

Comidas

Desayuno ____

Merienda ____

Almuerzo ____

Merienda ____

Cena ____

Merienda ____

Rutina de Ejercicios

____
____
____

Recordatorio Adicional

____
____

________ / _________________ / ________

Compromisos/Citas

- _______________________________________
- _______________________________________
- _______________________________________
- _______________________________________
- _______________________________________

Comidas

Desayuno ________________________________

Merienda ________________________________

Almuerzo ________________________________

Merienda ________________________________

Cena ____________________________________

Merienda ________________________________

Rutina de Ejercicios

____

____

____

Recordatorio Adicional

____

____

________ / __________________ / ________

"No tengas miedo de renunciar a lo bueno para ir a por lo mejor."
John D. Rockefeller

Compromisos/Citas

- ____
- ____
- ____
- ____
- ____

Comidas

Desayuno   ______________________________________

Merienda   ______________________________________

Almuerzo   ______________________________________

Merienda   ______________________________________

Cena   ____

Merienda   ______________________________________

Rutina de Ejercicios

____
____
____

Recordatorio Adicional

____
____

________ / __________________ / ________

"Todo hombre muere. No todo hombre vive."
William Wallace

Compromisos/Citas

* _______________________________________
* _______________________________________
* _______________________________________
* _______________________________________
* _______________________________________

Comidas

Desayuno _______________________________

Merienda _______________________________

Almuerzo _______________________________

Merienda _______________________________

Cena ___________________________________

Merienda _______________________________

Rutina de Ejercicios

____
____
____

Recordatorio Adicional

____
____

________ / __________________ / ________

Compromisos/Citas

- ____
- ____
- ____
- ____
- ____

Comidas

Desayuno ____

Merienda ____

Almuerzo ____

Merienda ____

Cena ____

Merienda ____

Rutina de Ejercicios

____
____
____

Recordatorio Adicional

____
____

________ / __________________ / ________

"Quizás la vida me ha golpeado, pero todavía no ha logrado quitarme la sonrisa." Francis Castel

Compromisos/Citas

- ____
- ____
- ____
- ____
- ____

Comidas

Desayuno ___________________________________

Merienda ___________________________________

Almuerzo ___________________________________

Merienda ___________________________________

Cena ___________________________________

Merienda ___________________________________

Rutina de Ejercicios

____

____

____

Recordatorio Adicional

____

____

________ / __________________ / ________

Compromisos/Citas

- ____
- ____
- ____
- ____
- ____

Comidas

Desayuno ____________________________________

Merienda ____________________________________

Almuerzo ____________________________________

Merienda ____________________________________

Cena ____________________________________

Merienda ____________________________________

Rutina de Ejercicios

____

____

____

Recordatorio Adicional

____

____

________ / ___________________ / ________

Compromisos/Citas

- ____
- ____
- ____
- ____
- ____

Comidas

Desayuno   _______________________________________

Merienda   _______________________________________

Almuerzo   _______________________________________

Merienda   _______________________________________

Cena   _______________________________________

Merienda   _______________________________________

Rutina de Ejercicios

____

____

____

Recordatorio Adicional

____

____

________ / __________________ / ________

"El que conoce a otros es sabio. El que se conoce a si mismo está iluminado."
Lao Tzu

Compromisos/Citas

- ____
- ____
- ____
- ____
- ____

Comidas

Desayuno ______________________________________

Merienda ______________________________________

Almuerzo ______________________________________

Merienda ______________________________________

Cena ______________________________________

Merienda ______________________________________

Rutina de Ejercicios

____
____
____

Recordatorio Adicional

____
____

________ / ____________________ / ________

Compromisos/Citas

- ____
- ____
- ____
- ____
- ____

Comidas

Desayuno   _______________________________________

Merienda   _______________________________________

Almuerzo   _______________________________________

Merienda   _______________________________________

Cena   _______________________________________

Merienda   _______________________________________

Rutina de Ejercicios

____

____

____

Recordatorio Adicional

____

____

________ / ___________________ / ________

"La vida se contrae o expande en proporción al coraje que se muestra."
Anais Nin

Compromisos/Citas

- ____
- ____
- ____
- ____
- ____

Comidas

Desayuno ___________________________________

Merienda ___________________________________

Almuerzo ___________________________________

Merienda ___________________________________

Cena ___________________________________

Merienda ___________________________________

Rutina de Ejercicios

____

____

____

Recordatorio Adicional

____

____

________ / _________________ / ________

Compromisos/Citas

- _______________________________________
- _______________________________________
- _______________________________________
- _______________________________________
- _______________________________________

Comidas

Desayuno _______________________________

Merienda _______________________________

Almuerzo _______________________________

Merienda _______________________________

Cena ___________________________________

Merienda _______________________________

Rutina de Ejercicios

____

____

____

Recordatorio Adicional

____

____

________ / __________________ / ________

"Escribe en tu corazón que cada día es el mejor día del año."
Ralph Waldo Emerson

Compromisos/Citas

- ____
- ____
- ____
- ____
- ____

Comidas

Desayuno _______________________________________

Merienda _______________________________________

Almuerzo _______________________________________

Merienda _______________________________________

Cena _______________________________________

Merienda _______________________________________

Rutina de Ejercicios

____

____

____

Recordatorio Adicional

____

____

"Asegúrate que tu peor enemigo no viva entre tus dos oídos."
Laird Hamilton

Compromisos/Citas

- ____
- ____
- ____
- ____
- ____

Comidas

Desayuno ______________________________________

Merienda ______________________________________

Almuerzo ______________________________________

Merienda ______________________________________

Cena ______________________________________

Merienda ______________________________________

Rutina de Ejercicios

____

____

____

Recordatorio Adicional

____

____

________ / __________________ / ________

"La cueva a la que temes entrar contiene el tesoro que deseas."
Joseph Campbell

Compromisos/Citas

- ____
- ____
- ____
- ____
- ____

Comidas

Desayuno ____

Merienda ____

Almuerzo ____

Merienda ____

Cena ____

Merienda ____

Rutina de Ejercicios

____
____
____

Recordatorio Adicional

____
____

________ / ____________________ / ________

"La vida cambia muy rápido, de un modo positivo, si la dejas."
Lindsey Vonn

Compromisos/Citas

- ____
- ____
- ____
- ____
- ____

Comidas

Desayuno ____

Merienda ____

Almuerzo ____

Merienda ____

Cena ____

Merienda ____

Rutina de Ejercicios

____

____

____

Recordatorio Adicional

____

____

Junio

________ / ___________________ / ________

"Amarse a uno mismo es el comienzo de una larga vida romántica."
Oscar Wilde

Compromisos/Citas

- ____
- ____
- ____
- ____
- ____

Comidas

Desayuno ____

Merienda ____

Almuerzo ____

Merienda ____

Cena ____

Merienda ____

Rutina de Ejercicios

____

____

____

Recordatorio Adicional

____

____

________ / __________________ / ________

"Sé paciente y duro, algún día ese dolor será útil para ti."
Ovidio

Compromisos/Citas

- ____
- ____
- ____
- ____
- ____

Comidas

Desayuno ____________________________________

Merienda ____________________________________

Almuerzo ____________________________________

Merienda ____________________________________

Cena ____

Merienda ____________________________________

Rutina de Ejercicios

____
____
____

Recordatorio Adicional

____
____

________ / __________________ / ________

"Nunca te rindas, te sientes y te lamentes. Encuentra otro camino."
Satchel Paige

Compromisos/Citas

- ____
- ____
- ____
- ____
- ____

Comidas

Desayuno ___________________________________

Merienda ___________________________________

Almuerzo ___________________________________

Merienda ___________________________________

Cena ___________________________________

Merienda ___________________________________

Rutina de Ejercicios

____

____

____

Recordatorio Adicional

____

____

________ / __________________ / ________

"Si no pierdes, no puedes disfrutar de las victorias."
Rafael Nadal

Compromisos/Citas

- ____
- ____
- ____
- ____
- ____

Comidas

Desayuno _______________________________________

Merienda _______________________________________

Almuerzo _______________________________________

Merienda _______________________________________

Cena ____

Merienda _______________________________________

Rutina de Ejercicios

____
____
____

Recordatorio Adicional

____
____

________ / __________________ / ________

Compromisos/Citas

- ____
- ____
- ____
- ____
- ____

Comidas

Desayuno _______________________________________

Merienda _______________________________________

Almuerzo _______________________________________

Merienda _______________________________________

Cena _______________________________________

Merienda _______________________________________

Rutina de Ejercicios

____

____

____

Recordatorio Adicional

____

____

________ / __________________ / ________

"La belleza debe comenzar desde el alma y el corazón, de otra forma, los cosméticos son inútiles." Coco Chanel

Compromisos/Citas

- ____
- ____
- ____
- ____
- ____

Comidas

Desayuno ______________________________________

Merienda ______________________________________

Almuerzo ______________________________________

Merienda ______________________________________

Cena ______________________________________

Merienda ______________________________________

Rutina de Ejercicios

____

____

____

Recordatorio Adicional

____

____

________ / ____________________ / ________

" Tu talento determina lo que puedes hacer. Tu motivación lo que estás dispuesto a hacer. Tu actitud cómo de bien lo haces." Lou Woltz

Compromisos/Citas

- ____
- ____
- ____
- ____
- ____

Comidas

Desayuno ____

Merienda ____

Almuerzo ____

Merienda ____

Cena ____

Merienda ____

Rutina de Ejercicios

____

____

____

Recordatorio Adicional

____

____

Compromisos/Citas

- ____
- ____
- ____
- ____
- ____

Comidas

Desayuno   ____

Merienda   ____

Almuerzo   ____

Merienda   ____

Cena   ____

Merienda   ____

Rutina de Ejercicios

____

____

____

Recordatorio Adicional

____

____

________ / __________________ / ________

"Mira en el espejo... Esa es tu competencia."
Anónimo

Compromisos/Citas

- _______________________________________
- _______________________________________
- _______________________________________
- _______________________________________
- _______________________________________

Comidas

Desayuno _______________________________

Merienda _______________________________

Almuerzo _______________________________

Merienda _______________________________

Cena ___________________________________

Merienda _______________________________

Rutina de Ejercicios

____

____

____

Recordatorio Adicional

____

____

________ / ____________________ / ________

"No te puedes poner ningún límite, no hay nada imposible."
Usain Bolt

Compromisos/Citas

- ____
- ____
- ____
- ____
- ____

Comidas

Desayuno ___________________________________

Merienda ___________________________________

Almuerzo ___________________________________

Merienda ___________________________________

Cena ___________________________________

Merienda ___________________________________

Rutina de Ejercicios

____

____

____

Recordatorio Adicional

____

____

________ / __________________ / ________

"No permitas que la gente apague tu brillo porque estén cegados. Diles que se pongan unas gafas de sol." Lady Gaga

Compromisos/Citas

- ____
- ____
- ____
- ____
- ____

Comidas

Desayuno _______________________________________

Merienda _______________________________________

Almuerzo _______________________________________

Merienda _______________________________________

Cena ____

Merienda _______________________________________

Rutina de Ejercicios

____

____

____

Recordatorio Adicional

____

____

________ / __________________ / ________

"El éxito llega para todos aquellos que están ocupados buscándolo."
Henry David Thoreau

Compromisos/Citas

- ____
- ____
- ____
- ____
- ____

Comidas

Desayuno _______________________________________

Merienda _______________________________________

Almuerzo _______________________________________

Merienda _______________________________________

Cena _______________________________________

Merienda _______________________________________

Rutina de Ejercicios

____

____

____

Recordatorio Adicional

____

____

________ / __________________ / ________

Compromisos/Citas

- ____
- ____
- ____
- ____
- ____

Comidas

Desayuno ____

Merienda ____

Almuerzo ____

Merienda ____

Cena ____

Merienda ____

Rutina de Ejercicios

____
____
____

Recordatorio Adicional

____
____

________ / __________________ / ________

Compromisos/Citas

- ____
- ____
- ____
- ____
- ____

Comidas

Desayuno _______________________________________

Merienda _______________________________________

Almuerzo _______________________________________

Merienda _______________________________________

Cena _______________________________________

Merienda _______________________________________

Rutina de Ejercicios

____

____

____

Recordatorio Adicional

____

____

________ / __________________ / ________

"Nunca, nunca, nunca te rindas."
Winston Churchill

Compromisos/Citas

- ____
- ____
- ____
- ____
- ____

Comidas

Desayuno   _______________________________________
Merienda   _______________________________________
Almuerzo   _______________________________________
Merienda   _______________________________________
Cena   _______________________________________
Merienda   _______________________________________

Rutina de Ejercicios

____
____
____

Recordatorio Adicional

____
____

________ / ___________________ / ________

Compromisos/Citas

- ____
- ____
- ____
- ____
- ____

Comidas

Desayuno _______________________________________

Merienda _______________________________________

Almuerzo _______________________________________

Merienda _______________________________________

Cena ____

Merienda _______________________________________

Rutina de Ejercicios

____
____
____

Recordatorio Adicional

____
____

________ / ____________________ / ________

Compromisos/Citas

- ____
- ____
- ____
- ____
- ____

Comidas

Desayuno   ____

Merienda   ____

Almuerzo   ____

Merienda   ____

Cena   ____

Merienda   ____

Rutina de Ejercicios

____

____

____

Recordatorio Adicional

____

____

________ / ___________________ / ________

"Saber no es suficiente; debemos aplicar. La voluntad no es suficiente; debemos hacer." Johann Wolfgang von Goethe

Compromisos/Citas

- ____
- ____
- ____
- ____
- ____

Comidas

Desayuno _______________________________________

Merienda _______________________________________

Almuerzo _______________________________________

Merienda _______________________________________

Cena ____

Merienda _______________________________________

Rutina de Ejercicios

____

____

____

Recordatorio Adicional

____

____

________ / __________________ / ________

"Transforma tus heridas en sabiduría."
Oprah Winfrey

Compromisos/Citas

- ____
- ____
- ____
- ____
- ____

Comidas

Desayuno ___________________________________

Merienda ___________________________________

Almuerzo ___________________________________

Merienda ___________________________________

Cena ___________________________________

Merienda ___________________________________

Rutina de Ejercicios

____

____

____

Recordatorio Adicional

____

____

________ / __________________ / ________

Compromisos/Citas

- ____
- ____
- ____
- ____
- ____

Comidas

Desayuno ______________________________________

Merienda ______________________________________

Almuerzo ______________________________________

Merienda ______________________________________

Cena ______________________________________

Merienda ______________________________________

Rutina de Ejercicios

____

____

____

Recordatorio Adicional

____

____

________ / __________________ / ________

"La diferencia entre ganar y perder es a menudo no rendirse."
Walt Disney

Compromisos/Citas

- ____
- ____
- ____
- ____
- ____

Comidas

Desayuno _______________________________________

Merienda _______________________________________

Almuerzo _______________________________________

Merienda _______________________________________

Cena _______________________________________

Merienda _______________________________________

Rutina de Ejercicios

____

____

____

Recordatorio Adicional

____

____

________ / __________________ / ________

*"Para hacer que una lámpara esté siempre encendida,
no debemos dejar de ponerle aceite." Madre Teresa de Calcuta*

Compromisos/Citas

- ____
- ____
- ____
- ____
- ____

Comidas

Desayuno ____________________________________

Merienda ____________________________________

Almuerzo ____________________________________

Merienda ____________________________________

Cena ____________________________________

Merienda ____________________________________

Rutina de Ejercicios

____
____
____

Recordatorio Adicional

____
____

________ / __________________ / ________

"No te preocupes por los fracasos, preocúpate con las posibilidades que pierdes cuando ni siquiera lo intentas." Jack Canfield

Compromisos/Citas

- ____
- ____
- ____
- ____
- ____

Comidas

Desayuno _______________________________________

Merienda _______________________________________

Almuerzo _______________________________________

Merienda _______________________________________

Cena _______________________________________

Merienda _______________________________________

Rutina de Ejercicios

____

____

____

Recordatorio Adicional

____

____

________ / ____________________ / ________

"En la vida mucha gente sabe qué hacer, pero pocas hacen lo que saben. Saber no es suficiente. Debes tomar acción." Anthony Robbins

Compromisos/Citas

- ____
- ____
- ____
- ____
- ____

Comidas

Desayuno ____

Merienda ____

Almuerzo ____

Merienda ____

Cena ____

Merienda ____

Rutina de Ejercicios

____

____

____

Recordatorio Adicional

____

____

________ / __________________ / ________

Compromisos/Citas

- ____
- ____
- ____
- ____
- ____

Comidas

Desayuno _______________________________________

Merienda _______________________________________

Almuerzo _______________________________________

Merienda _______________________________________

Cena ____

Merienda _______________________________________

Rutina de Ejercicios

____
____
____

Recordatorio Adicional

____
____

________ / __________________ / ________

*"Pon tu corazón, mente y alma incluso en los actos más pequeños.
Ese es el secreto del éxito."* Swami Sivananda

Compromisos/Citas

- ____
- ____
- ____
- ____
- ____

Comidas

Desayuno _______________________________________

Merienda _______________________________________

Almuerzo _______________________________________

Merienda _______________________________________

Cena ____

Merienda _______________________________________

Rutina de Ejercicios

____

____

____

Recordatorio Adicional

____

____

________ / __________________ / ________

"La disciplina es el puente entre metas y logros."
Jim Rohn

Compromisos/Citas

- ____
- ____
- ____
- ____
- ____

Comidas

Desayuno _______________________________________

Merienda _______________________________________

Almuerzo _______________________________________

Merienda _______________________________________

Cena ____

Merienda _______________________________________

Rutina de Ejercicios

____
____
____

Recordatorio Adicional

____
____

________ / __________________ / ________

"Incluso una vida feliz no puede existir sin un poco de oscuridad."
Carl Jung

Compromisos/Citas

- ____
- ____
- ____
- ____
- ____

Comidas

Desayuno ____

Merienda ____

Almuerzo ____

Merienda ____

Cena ____

Merienda ____

Rutina de Ejercicios

____

____

____

Recordatorio Adicional

____

____

________ / __________________ / ________

"Cuanto más difícil es el conflicto, más glorioso es el triunfo."
Thomas Paine

Compromisos/Citas

- ____
- ____
- ____
- ____
- ____

Comidas

Desayuno ____

Merienda ____

Almuerzo ____

Merienda ____

Cena ____

Merienda ____

Rutina de Ejercicios

____

____

____

Recordatorio Adicional

____

____

________ / __________________ / ________

"Haz lo que puedes, con lo que tienes, donde estás."
Theodore Roosevelt

Compromisos/Citas

- ____
- ____
- ____
- ____
- ____

Comidas

Desayuno   ______________________________________

Merienda   ______________________________________

Almuerzo   ______________________________________

Merienda   ______________________________________

Cena   ______________________________________

Merienda   ______________________________________

Rutina de Ejercicios

____

____

____

Recordatorio Adicional

____

____

Julio

________ / __________________ / ________

"La felicidad es parte de lo que somos. La alegría es el sentimiento."
Tony DeLiso

Compromisos/Citas

- ____
- ____
- ____
- ____
- ____

Comidas

Desayuno _______________________________________

Merienda _______________________________________

Almuerzo _______________________________________

Merienda _______________________________________

Cena ____

Merienda _______________________________________

Rutina de Ejercicios

____
____
____

Recordatorio Adicional

____
____

________ / __________________ / ________

Compromisos/Citas

- ____
- ____
- ____
- ____
- ____

Comidas

Desayuno _______________________________________

Merienda _______________________________________

Almuerzo _______________________________________

Merienda _______________________________________

Cena _______________________________________

Merienda _______________________________________

Rutina de Ejercicios

____

____

____

Recordatorio Adicional

____

____

________ / __________________ / ________

"Vive la vida al máximo y focalízate en lo positivo."
Matt Cameron

Compromisos/Citas

- ____
- ____
- ____
- ____
- ____

Comidas

Desayuno ______________________________________

Merienda ______________________________________

Almuerzo ______________________________________

Merienda ______________________________________

Cena ______________________________________

Merienda ______________________________________

Rutina de Ejercicios

____
____
____

Recordatorio Adicional

____
____

________ / ____________________ / ________

Compromisos/Citas

- ____
- ____
- ____
- ____
- ____

Comidas

Desayuno ____________________________________

Merienda ____________________________________

Almuerzo ____________________________________

Merienda ____________________________________

Cena ____

Merienda ____________________________________

Rutina de Ejercicios

____

____

____

Recordatorio Adicional

____

____

-------- / ------------------ / --------

"Nada puede evitar que el hombre logre su objetivo cuando tiene una actitud mental correcta." Thomas Jefferson

Compromisos/Citas

- ____
- ____
- ____
- ____
- ____

Comidas

Desayuno ______________________________________

Merienda ______________________________________

Almuerzo ______________________________________

Merienda ______________________________________

Cena ______________________________________

Merienda ______________________________________

Rutina de Ejercicios

____
____
____

Recordatorio Adicional

____
____

_________ / ____________________ / _________

"Muy poco se necesita para ser feliz en la vida; está todo dentro de ti, en tu modo de pensar." Marco Aurelio

Compromisos/Citas

- ____
- ____
- ____
- ____
- ____

Comidas

Desayuno ___________________________________

Merienda ___________________________________

Almuerzo ___________________________________

Merienda ___________________________________

Cena ___________________________________

Merienda ___________________________________

Rutina de Ejercicios

____

____

____

Recordatorio Adicional

____

____

________ / __________________ / ________

Compromisos/Citas

- ____
- ____
- ____
- ____
- ____

Comidas

Desayuno _______________________________________

Merienda _______________________________________

Almuerzo _______________________________________

Merienda _______________________________________

Cena ____

Merienda _______________________________________

Rutina de Ejercicios

____

____

____

Recordatorio Adicional

____

____

_________ / ____________________ / _________

"No se trata de tener las oportunidades adecuadas. Se trata de manejar las oportunidades correctamente. " Mark Hunter

Compromisos/Citas

- ____
- ____
- ____
- ____
- ____

Comidas

Desayuno   ____

Merienda   ____

Almuerzo   ____

Merienda   ____

Cena   ____

Merienda   ____

Rutina de Ejercicios

____

____

____

Recordatorio Adicional

____

____

________ / __________________ / ________

Compromisos/Citas

- ____
- ____
- ____
- ____
- ____

Comidas

Desayuno ____

Merienda ____

Almuerzo ____

Merienda ____

Cena ____

Merienda ____

Rutina de Ejercicios

____

____

____

Recordatorio Adicional

____

____

_________ / ____________________ / _________

Compromisos/Citas

- ____
- ____
- ____
- ____
- ____

Comidas

Desayuno ____

Merienda ____

Almuerzo ____

Merienda ____

Cena ____

Merienda ____

Rutina de Ejercicios

____

____

____

Recordatorio Adicional

____

____

________ / __________________ / ________

} "Cree en ti mismo antes de pedir a otros que lo hagan."
Samar AlDhamadi

Compromisos/Citas

- ____
- ____
- ____
- ____
- ____

Comidas

Desayuno ______________________________________

Merienda ______________________________________

Almuerzo ______________________________________

Merienda ______________________________________

Cena ______________________________________

Merienda ______________________________________

Rutina de Ejercicios

____
____
____

Recordatorio Adicional

____
____

________ / __________________ / ________

Compromisos/Citas

- _______________________________________
- _______________________________________
- _______________________________________
- _______________________________________
- _______________________________________

Comidas

Desayuno _______________________________________

Merienda _______________________________________

Almuerzo _______________________________________

Merienda _______________________________________

Cena _______________________________________

Merienda _______________________________________

Rutina de Ejercicios

____

____

____

Recordatorio Adicional

____

____

________ / __________________ / ________

"Echa de menos el 100% de las oportunidades que no coges."
Wayne Gretzky

Compromisos/Citas

- ____
- ____
- ____
- ____
- ____

Comidas

Desayuno ____

Merienda ____

Almuerzo ____

Merienda ____

Cena ____

Merienda ____

Rutina de Ejercicios

____
____
____

Recordatorio Adicional

____
____

________ / __________________ / ________

Compromisos/Citas

- ____
- ____
- ____
- ____
- ____

Comidas

Desayuno ______________________________________

Merienda ______________________________________

Almuerzo ______________________________________

Merienda ______________________________________

Cena ______________________________________

Merienda ______________________________________

Rutina de Ejercicios

____
____
____

Recordatorio Adicional

____
____

________ / ____________________ / ________

"Tus circunstancias pueden no ser de tu agrado, pero no han de seguir siendo las mismas si concibes un ideal y luchas por alcanzarlo." James Allen

Compromisos/Citas

- ____
- ____
- ____
- ____
- ____

Comidas

Desayuno   ____

Merienda   ____

Almuerzo   ____

Merienda   ____

Cena   ____

Merienda   ____

Rutina de Ejercicios

____

____

____

Recordatorio Adicional

____

____

________ / ____________________ / ________

"No renuncies a tus sueños o tus sueños renunciarán a ti."
John Wooden

Compromisos/Citas

- ____
- ____
- ____
- ____
- ____

Comidas

Desayuno _______________________________________

Merienda _______________________________________

Almuerzo _______________________________________

Merienda _______________________________________

Cena _______________________________________

Merienda _______________________________________

Rutina de Ejercicios

____

____

____

Recordatorio Adicional

____

____

________ / __________________ / ________

"Solo hay una felicidad en la vida, amar y ser amado."
George Sand

Compromisos/Citas

- ____
- ____
- ____
- ____
- ____

Comidas

Desayuno ____

Merienda ____

Almuerzo ____

Merienda ____

Cena ____

Merienda ____

Rutina de Ejercicios

____
____
____

Recordatorio Adicional

____
____

________ / __________________ / ________

"La gente consigue logros por los actos, no por ideas."
Anatole France

Compromisos/Citas

- ____
- ____
- ____
- ____
- ____

Comidas

Desayuno _______________________________________
Merienda _______________________________________
Almuerzo _______________________________________
Merienda _______________________________________
Cena   _______________________________________
Merienda _______________________________________

Rutina de Ejercicios

____
____
____

Recordatorio Adicional

____
____

________ / ____________________ / ________

"Cuida de tu cuerpo. Es el único lugar que tienes para vivir."
Jim Rohn

Compromisos/Citas

- ____
- ____
- ____
- ____
- ____

Comidas

Desayuno ___________________________________

Merienda ___________________________________

Almuerzo ___________________________________

Merienda ___________________________________

Cena _______________________________________

Merienda ___________________________________

Rutina de Ejercicios

____

____

____

Recordatorio Adicional

____

____

________ / __________________ / ________

"Lo más importante es disfrutar de tu vida, ser feliz, es lo único que importa."
Audrey Hepburn

Compromisos/Citas

- ____
- ____
- ____
- ____
- ____

Comidas

Desayuno ___________________________________

Merienda ___________________________________

Almuerzo ___________________________________

Merienda ___________________________________

Cena _______________________________________

Merienda ___________________________________

Rutina de Ejercicios

____

____

____

Recordatorio Adicional

____

____

-------- / -------------------- / --------

"Sé valiente. Toma riesgos. Nada puede sustituir la experiencia."
Paulo Coelho

Compromisos/Citas

- ____
- ____
- ____
- ____
- ____

Comidas

Desayuno ____

Merienda ____

Almuerzo ____

Merienda ____

Cena ____

Merienda ____

Rutina de Ejercicios

____

____

____

Recordatorio Adicional

____

____

________ / __________________ / ________

"Una actitud positiva, realmente puede hacer los sueños realidad."
David Bailey

Compromisos/Citas

- ____
- ____
- ____
- ____
- ____

Comidas

Desayuno ____

Merienda ____

Almuerzo ____

Merienda ____

Cena ____

Merienda ____

Rutina de Ejercicios

____

____

____

Recordatorio Adicional

____

____

________ / __________________ / ________

"La innovación distingue al líder del seguidor."
Steve Jobs

Compromisos/Citas

- ____
- ____
- ____
- ____
- ____

Comidas

Desayuno ______________________________________

Merienda ______________________________________

Almuerzo ______________________________________

Merienda ______________________________________

Cena ______________________________________

Merienda ______________________________________

Rutina de Ejercicios

____

____

____

Recordatorio Adicional

____

____

________ / ____________________ / ________

*"A veces en la vida no siempre te sientes como un ganador,
pero eso no significa que no seas un ganador." Lady Gaga*

Compromisos/Citas

- ____
- ____
- ____
- ____
- ____

Comidas

Desayuno ____

Merienda ____

Almuerzo ____

Merienda ____

Cena ____

Merienda ____

Rutina de Ejercicios

____

____

____

Recordatorio Adicional

____

____

-------- / ------------------ / --------

"Tienes que esperar cosas de ti mismo antes de poder hacerlas."
Michael Jordan

Compromisos/Citas

- ____
- ____
- ____
- ____
- ____

Comidas

Desayuno   ____

Merienda   ____

Almuerzo   ____

Merienda   ____

Cena   ____

Merienda   ____

Rutina de Ejercicios

____

____

____

Recordatorio Adicional

____

____

________ / __________________ / ________

Compromisos/Citas

- ____
- ____
- ____
- ____
- ____

Comidas

Desayuno ____

Merienda ____

Almuerzo ____

Merienda ____

Cena ____

Merienda ____

Rutina de Ejercicios

____

____

____

Recordatorio Adicional

____

____

________ / ___________________ / ________

"La ley es: "Prohibido rendirse". Respira hondo y sigue adelante."
Anónimo

Compromisos/Citas

- ____
- ____
- ____
- ____
- ____

Comidas

Desayuno   ____

Merienda   ____

Almuerzo   ____

Merienda   ____

Cena   ____

Merienda   ____

Rutina de Ejercicios

____

____

____

Recordatorio Adicional

____

____

________ / __________________ / ________

"Si no hay héroes que te salven, te tienes que convertir en héroe."
Denpa Kyoshi

Compromisos/Citas

- ____
- ____
- ____
- ____
- ____

Comidas

Desayuno ____

Merienda ____

Almuerzo ____

Merienda ____

Cena ____

Merienda ____

Rutina de Ejercicios

____

____

____

Recordatorio Adicional

____

____

________ / ___________________ / ________

"La vida es 10% lo que te ocurre y 90% cómo reaccionas a ello."
Charles Swindoll

Compromisos/Citas

- ____
- ____
- ____
- ____
- ____

Comidas

Desayuno ____

Merienda ____

Almuerzo ____

Merienda ____

Cena ____

Merienda ____

Rutina de Ejercicios

____
____
____

Recordatorio Adicional

____
____

________ / __________________ / ________

"Las veces que me he caído son las veces que me he levantado."
Jenni Rivera

Compromisos/Citas

- ____
- ____
- ____
- ____
- ____

Comidas

Desayuno ________________________________

Merienda ________________________________

Almuerzo ________________________________

Merienda ________________________________

Cena ____________________________________

Merienda ________________________________

Rutina de Ejercicios

____

____

____

Recordatorio Adicional

____

____

________ / __________________ / ________

Compromisos/Citas

- ____
- ____
- ____
- ____
- ____

Comidas

Desayuno ____________________________________

Merienda ____________________________________

Almuerzo ____________________________________

Merienda ____________________________________

Cena ____________________________________

Merienda ____________________________________

Rutina de Ejercicios

____

____

____

Recordatorio Adicional

____

____

Agosto

-------- / -------------------- / --------

"Solo tú puedes cambiar tu vida. Nadie más puede hacerlo por ti."
Carol Burnett

Compromisos/Citas

- ____
- ____
- ____
- ____
- ____

Comidas

Desayuno ____

Merienda ____

Almuerzo ____

Merienda ____

Cena ____

Merienda ____

Rutina de Ejercicios

____
____
____

Recordatorio Adicional

____
____

________ / ____________________ / ________

"Si quieres ser el mejor, tienes que hacer cosas que otras personas no están dispuestas a hacer." Michael Phelps

Compromisos/Citas

- ____
- ____
- ____
- ____
- ____

Comidas

Desayuno   ____________________________________

Merienda   ____________________________________

Almuerzo   ____________________________________

Merienda   ____________________________________

Cena   ____________________________________

Merienda   ____________________________________

Rutina de Ejercicios

____

____

____

Recordatorio Adicional

____

____

________ / ____________________ / ________

"La gente a la que le va bien la vida es la gente que va en busca de las circunstancias que quiere y, si no, las encuentra." George Bernard Shaw

Compromisos/Citas

- ____
- ____
- ____
- ____
- ____

Comidas

Desayuno ____

Merienda ____

Almuerzo ____

Merienda ____

Cena ____

Merienda ____

Rutina de Ejercicios

____

____

____

Recordatorio Adicional

____

____

________ / __________________ / ________

Compromisos/Citas

- _______________________________________
- _______________________________________
- _______________________________________
- _______________________________________
- _______________________________________

Comidas

Desayuno _______________________________________

Merienda _______________________________________

Almuerzo _______________________________________

Merienda _______________________________________

Cena _______________________________________

Merienda _______________________________________

Rutina de Ejercicios

____

____

____

Recordatorio Adicional

____

____

________ / __________________ / ________

"Vive como si fueras a morir mañana, aprende como si fueras a vivir para siempre." Gandhi

Compromisos/Citas

- ____
- ____
- ____
- ____
- ____

Comidas

Desayuno ____

Merienda ____

Almuerzo ____

Merienda ____

Cena ____

Merienda ____

Rutina de Ejercicios

____

____

____

Recordatorio Adicional

____

____

________ / __________________ / ________

"Los retos hacen que la vida sea interesante. Superarlos es lo que hace que la vida tenga sentido." Ralph Waldo Emerson

Compromisos/Citas

- ____
- ____
- ____
- ____
- ____

Comidas

Desayuno ____

Merienda ____

Almuerzo ____

Merienda ____

Cena ____

Merienda ____

Rutina de Ejercicios

____

____

____

Recordatorio Adicional

____

____

________ / ___________________ / ________

"El éxito no es el final, el fracaso no es fatal: es el coraje para continuar lo que cuenta." Winston Churchill

Compromisos/Citas

- ____
- ____
- ____
- ____
- ____

Comidas

Desayuno _______________________________________

Merienda _______________________________________

Almuerzo _______________________________________

Merienda _______________________________________

Cena ____

Merienda _______________________________________

Rutina de Ejercicios

____
____
____

Recordatorio Adicional

____
____

________ / __________________ / ________

"El fracaso es una gran oportunidad para empezar otra vez con más inteligen-cia." Henry Ford

Compromisos/Citas

- ____
- ____
- ____
- ____
- ____

Comidas

Desayuno _______________________________________

Merienda _______________________________________

Almuerzo _______________________________________

Merienda _______________________________________

Cena _______________________________________

Merienda _______________________________________

Rutina de Ejercicios

____

____

____

Recordatorio Adicional

____

____

________ / __________________ / ________

"Si te esfuerzas, la vida puede cambiar rápidamente desde momentos negativos a momentos extraordinarios." Lindsey Vonn

Compromisos/Citas

- ____
- ____
- ____
- ____
- ____

Comidas

Desayuno ______________________________________

Merienda ______________________________________

Almuerzo ______________________________________

Merienda ______________________________________

Cena ______________________________________

Merienda ______________________________________

Rutina de Ejercicios

____

____

____

Recordatorio Adicional

____

____

________ / __________________ / ________

"Si te ofrecen un viaje en cohete, ¡no preguntes en qué asiento!
Simplemente súbete." Sheryl Sandberg

Compromisos/Citas

- _______________________________________
- _______________________________________
- _______________________________________
- _______________________________________
- _______________________________________

Comidas

Desayuno   _______________________________

Merienda   _______________________________

Almuerzo   _______________________________

Merienda   _______________________________

Cena   _______________________________

Merienda   _______________________________

Rutina de Ejercicios

____
____
____

Recordatorio Adicional

____
____

-------- / -------------------- / --------

*" Mis pies son mi único vehículo, tengo que seguir dándole para adelante,
pero mientras me voy, quiero decirte: Todo va a estar bien." Bob Marley*

Compromisos/Citas

- ____
- ____
- ____
- ____
- ____

Comidas

Desayuno _______________________________________

Merienda _______________________________________

Almuerzo _______________________________________

Merienda _______________________________________

Cena ____

Merienda _______________________________________

Rutina de Ejercicios

____
____
____

Recordatorio Adicional

____
____

________ / __________________ / ________

"La acción es la clave fundamental para todo éxito."
Pablo Picasso

Compromisos/Citas

- ____
- ____
- ____
- ____
- ____

Comidas

Desayuno _______________________________________

Merienda _______________________________________

Almuerzo _______________________________________

Merienda _______________________________________

Cena _______________________________________

Merienda _______________________________________

Rutina de Ejercicios

____

____

____

Recordatorio Adicional

____

____

________ / __________________ / ________

Compromisos/Citas

- ____
- ____
- ____
- ____
- ____

Comidas

Desayuno _______________________________________

Merienda _______________________________________

Almuerzo _______________________________________

Merienda _______________________________________

Cena _______________________________________

Merienda _______________________________________

Rutina de Ejercicios

____

____

____

Recordatorio Adicional

____

____

________ / __________________ / ________

"Inténtalo y fracasa, pero no fracases en intentarlo."
Stephen Kaggwa

Compromisos/Citas

- ____
- ____
- ____
- ____
- ____

Comidas

Desayuno _______________________________________

Merienda _______________________________________

Almuerzo _______________________________________

Merienda _______________________________________

Cena ____

Merienda _______________________________________

Rutina de Ejercicios

____

____

____

Recordatorio Adicional

____

____

________ / __________________ / ________

Compromisos/Citas

- ____
- ____
- ____
- ____
- ____

Comidas

Desayuno ____________________________________

Merienda ____________________________________

Almuerzo ____________________________________

Merienda ____________________________________

Cena ____

Merienda ____________________________________

Rutina de Ejercicios

____
____
____

Recordatorio Adicional

____
____

________ / __________________ / ________

"La única forma de hacer un gran trabajo es amar lo que haces."
Steve Jobs

Compromisos/Citas

- ____
- ____
- ____
- ____
- ____

Comidas

Desayuno ____

Merienda ____

Almuerzo ____

Merienda ____

Cena ____

Merienda ____

Rutina de Ejercicios

____
____
____

Recordatorio Adicional

____
____

________ / ___________________ / ________

*"Nunca renuncies a un sueño por el tiempo que se requiere para lograrlo.
El tiempo pasará de todas formas." Earl Nightingale*

Compromisos/Citas

- ____
- ____
- ____
- ____
- ____

Comidas

Desayuno _______________________________________

Merienda _______________________________________

Almuerzo _______________________________________

Merienda _______________________________________

Cena _______________________________________

Merienda _______________________________________

Rutina de Ejercicios

____

____

____

Recordatorio Adicional

____

____

________ / ____________________ / ________

"Da el primer paso con fe. No tienes por que ver toda la escalera. Basta con que subas el primer peldaño" Martin Luther King Jr.

Compromisos/Citas

- ____
- ____
- ____
- ____
- ____

Comidas

Desayuno ____

Merienda ____

Almuerzo ____

Merienda ____

Cena ____

Merienda ____

Rutina de Ejercicios

____

____

____

Recordatorio Adicional

____

____

________ / ___________________ / ________

"Cuando te levantes por la mañana, piensa en el precioso privilegio de estar vivo, respirar, pensar, disfrutar y amar." Marco Aurelio

Compromisos/Citas

- ____
- ____
- ____
- ____
- ____

Comidas

Desayuno ____

Merienda ____

Almuerzo ____

Merienda ____

Cena ____

Merienda ____

Rutina de Ejercicios

____

____

____

Recordatorio Adicional

____

____

________ / ___________________ / ________

"Ve a por ello ahora. El futuro no está prometido a nadie."
Wayne W. Dyer

Compromisos/Citas

- ____
- ____
- ____
- ____
- ____

Comidas

Desayuno ___________________________________

Merienda ___________________________________

Almuerzo ___________________________________

Merienda ___________________________________

Cena ___________________________________

Merienda ___________________________________

Rutina de Ejercicios

____
____
____

Recordatorio Adicional

____
____

________ / __________________ / ________

Compromisos/Citas

- ____
- ____
- ____
- ____
- ____

Comidas

Desayuno _______________________________________

Merienda _______________________________________

Almuerzo _______________________________________

Merienda _______________________________________

Cena ____

Merienda _______________________________________

Rutina de Ejercicios

____

____

____

Recordatorio Adicional

____

____

———————— / ———————————————— / ————————

"Actúa como si lo que haces marcase la diferencia. Lo hace."
William James

Compromisos/Citas

- ____
- ____
- ____
- ____
- ____

Comidas

Desayuno ____

Merienda ____

Almuerzo ____

Merienda ____

Cena ____

Merienda ____

Rutina de Ejercicios

____

____

____

Recordatorio Adicional

____

____

________ / __________________ / ________

"Los errores son una prueba de que lo estás intentando."
Anónimo

Compromisos/Citas

- ____
- ____
- ____
- ____
- ____

Comidas

Desayuno _______________________________________

Merienda _______________________________________

Almuerzo _______________________________________

Merienda _______________________________________

Cena ____

Merienda _______________________________________

Rutina de Ejercicios

____
____
____

Recordatorio Adicional

____
____

________ / ___________________ / ________

"Si todo parece bajo control, entonces no estás yendo lo suficiente deprisa."
Mario Andretti

Compromisos/Citas

* _______________________________________
* _______________________________________
* _______________________________________
* _______________________________________
* _______________________________________

Comidas

Desayuno _______________________________________

Merienda _______________________________________

Almuerzo _______________________________________

Merienda _______________________________________

Cena _______________________________________

Merienda _______________________________________

Rutina de Ejercicios

____
____
____

Recordatorio Adicional

____
____

________ / __________________ / ________

Compromisos/Citas

- _______________________________________
- _______________________________________
- _______________________________________
- _______________________________________
- _______________________________________

Comidas

Desayuno _______________________________________

Merienda _______________________________________

Almuerzo _______________________________________

Merienda _______________________________________

Cena _______________________________________

Merienda _______________________________________

Rutina de Ejercicios

____
____
____

Recordatorio Adicional

____
____

________ / __________________ / ________

"Un líder es alguien que conoce el camino, lo recorre y lo muestra"
John C. Maxwell

Compromisos/Citas

- ____
- ____
- ____
- ____
- ____

Comidas

Desayuno ____

Merienda ____

Almuerzo ____

Merienda ____

Cena ____

Merienda ____

Rutina de Ejercicios

____

____

____

Recordatorio Adicional

____

____

________ / ________________ / ________

"No cuentes los días, haz que los días cuenten."
Muhammad Ali

Compromisos/Citas

- ____
- ____
- ____
- ____
- ____

Comidas

Desayuno   ____

Merienda   ____

Almuerzo   ____

Merienda   ____

Cena   ____

Merienda   ____

Rutina de Ejercicios

____

____

____

Recordatorio Adicional

____

____

________ / __________________ / ________

"La felicidad es cuando lo que piensas, dices y haces están en armonía."
Gandhi

Compromisos/Citas

* ____
* ____
* ____
* ____
* ____

Comidas

Desayuno ____

Merienda ____

Almuerzo ____

Merienda ____

Cena ____

Merienda ____

Rutina de Ejercicios

____
____
____

Recordatorio Adicional

____
____

________ / __________________ / ________

"Cuántas preocupaciones desaparecen cuando se decide ser 'alguien' en vez de 'algo'." Coco Chanel

Compromisos/Citas

- ____
- ____
- ____
- ____
- ____

Comidas

Desayuno ____

Merienda ____

Almuerzo ____

Merienda ____

Cena ____

Merienda ____

Rutina de Ejercicios

____
____
____

Recordatorio Adicional

____
____

________ / __________________ / ________

"Cambias tu vida al cambiar tu corazón."
Max Lucad

Compromisos/Citas

- ____
- ____
- ____
- ____
- ____

Comidas

Desayuno ___________________________________

Merienda ___________________________________

Almuerzo ___________________________________

Merienda ___________________________________

Cena ___________________________________

Merienda ___________________________________

Rutina de Ejercicios

____

____

____

Recordatorio Adicional

____

____

SEPTIEMBRE

________ / _________________ / ________

"Si vas a llorar por alguien, hazlo hoy hasta no poder más...
pero mañana sonríe." *Joaquín Sabina*

Compromisos/Citas

- ____
- ____
- ____
- ____
- ____

Comidas

Desayuno   _______________________________________

Merienda   _______________________________________

Almuerzo   _______________________________________

Merienda   _______________________________________

Cena   _______________________________________

Merienda   _______________________________________

Rutina de Ejercicios

____

____

____

Recordatorio Adicional

____

____

________ / __________________ / ________

"Tu tiempo es limitado, así que no lo malgastes viviendo la vida de alguien más... ten el valor de seguir tu corazón y tu intuición." Steve Jobs

Compromisos/Citas

- ____
- ____
- ____
- ____
- ____

Comidas

Desayuno ________________________________

Merienda ________________________________

Almuerzo ________________________________

Merienda ________________________________

Cena ____________________________________

Merienda ________________________________

Rutina de Ejercicios

____

____

____

Recordatorio Adicional

____

____

________ / __________________ / ________

"Todo lo que siempre has querido tener está en el otro lado del miedo."
George Addair

Compromisos/Citas

* ____
* ____
* ____
* ____
* ____

Comidas

Desayuno _______________________________________

Merienda _______________________________________

Almuerzo _______________________________________

Merienda _______________________________________

Cena _______________________________________

Merienda _______________________________________

Rutina de Ejercicios

____

____

____

Recordatorio Adicional

____

____

________ / __________________ / ________

Compromisos/Citas

- ____
- ____
- ____
- ____
- ____

Comidas

Desayuno	____________________________
Merienda	____________________________
Almuerzo	____________________________
Merienda	____________________________
Cena	____________________________
Merienda	____________________________

Rutina de Ejercicios

____
____
____

Recordatorio Adicional

____
____

________ / __________________ / ________

"Cuando las fuerzas fallan, los ánimos decaen. Solo tú eres capaz de encontrar el aliento entre la maleza." Juan Armando Corbin

Compromisos/Citas

· ____
· ____
· ____
· ____
· ____

Comidas

Desayuno ___________________________________

Merienda ___________________________________

Almuerzo ___________________________________

Merienda ___________________________________

Cena ___________________________________

Merienda ___________________________________

Rutina de Ejercicios

____
____
____

Recordatorio Adicional

____
____

________ / __________________ / ________

Compromisos/Citas

- _______________________________________
- _______________________________________
- _______________________________________
- _______________________________________
- _______________________________________

Comidas

Desayuno _______________________________

Merienda _______________________________

Almuerzo _______________________________

Merienda _______________________________

Cena ___________________________________

Merienda _______________________________

Rutina de Ejercicios

____
____
____

Recordatorio Adicional

____
____

________ / __________________ / ________

Compromisos/Citas

- ____
- ____
- ____
- ____
- ____

Comidas

Desayuno   ____

Merienda   ____

Almuerzo   ____

Merienda   ____

Cena   ____

Merienda   ____

Rutina de Ejercicios

____

____

____

Recordatorio Adicional

____

____

_________ / ____________________ / _________

Compromisos/Citas

- ____
- ____
- ____
- ____
- ____

Comidas

Desayuno   ________________________________

Merienda   ________________________________

Almuerzo   ________________________________

Merienda   ________________________________

Cena   ________________________________

Merienda   ________________________________

Rutina de Ejercicios

____
____
____

Recordatorio Adicional

____
____

________ / __________________ / ________

"Cuanto más hacemos, más podemos hacer."
William Hazlitt

Compromisos/Citas

- ____
- ____
- ____
- ____
- ____

Comidas

Desayuno ___________________________________

Merienda ___________________________________

Almuerzo ___________________________________

Merienda ___________________________________

Cena ___________________________________

Merienda ___________________________________

Rutina de Ejercicios

____

____

____

Recordatorio Adicional

____

____

________ / __________________ / ________

Compromisos/Citas

- ____
- ____
- ____
- ____
- ____

Comidas

Desayuno ___________________________________

Merienda ___________________________________

Almuerzo ___________________________________

Merienda ___________________________________

Cena ___________________________________

Merienda ___________________________________

Rutina de Ejercicios

____
____
____

Recordatorio Adicional

____
____

________ / __________________ / ________

"La victoria no lo es todo: ¡es lo único!"
Vince Lombardi

Compromisos/Citas

- ____
- ____
- ____
- ____
- ____

Comidas

Desayuno ______________________________________

Merienda ______________________________________

Almuerzo ______________________________________

Merienda ______________________________________

Cena ______________________________________

Merienda ______________________________________

Rutina de Ejercicios

____

____

____

Recordatorio Adicional

____

____

________ / __________________ / ________

Compromisos/Citas

- ______________________________________
- ______________________________________
- ______________________________________
- ______________________________________
- ______________________________________

Comidas

Desayuno ___________________________________

Merienda ___________________________________

Almuerzo ___________________________________

Merienda ___________________________________

Cena ___________________________________

Merienda ___________________________________

Rutina de Ejercicios

____

____

____

Recordatorio Adicional

____

____

________ / __________________ / ________

"El secreto para salir adelante es comenzar."
Mark Twain

Compromisos/Citas

- _______________________________________
- _______________________________________
- _______________________________________
- _______________________________________
- _______________________________________

Comidas

Desayuno _______________________________________

Merienda _______________________________________

Almuerzo _______________________________________

Merienda _______________________________________

Cena _______________________________________

Merienda _______________________________________

Rutina de Ejercicios

____

____

____

Recordatorio Adicional

____

____

________ / __________________ / ________

Compromisos/Citas

- _______________________________________
- _______________________________________
- _______________________________________
- _______________________________________
- _______________________________________

Comidas

Desayuno   _______________________________________

Merienda   _______________________________________

Almuerzo   _______________________________________

Merienda   _______________________________________

Cena   _______________________________________

Merienda   _______________________________________

Rutina de Ejercicios

____

____

____

Recordatorio Adicional

____

____

________ / ___________________ / ________

"No puedes tener una vida positiva y una mente negativa."
Joyce Mey

Compromisos/Citas

- ____
- ____
- ____
- ____
- ____

Comidas

Desayuno _______________________________________

Merienda _______________________________________

Almuerzo _______________________________________

Merienda _______________________________________

Cena ____

Merienda _______________________________________

Rutina de Ejercicios

____

____

____

Recordatorio Adicional

____

____

________ / __________________ / ________

Compromisos/Citas

- ____
- ____
- ____
- ____
- ____

Comidas

Desayuno ______________________________________

Merienda ______________________________________

Almuerzo ______________________________________

Merienda ______________________________________

Cena ______________________________________

Merienda ______________________________________

Rutina de Ejercicios

____
____
____

Recordatorio Adicional

____
____

________ / __________________ / ________

"Cree y actúa como si fuese imposible fallar."
Charles Kettering

Compromisos/Citas

- ____
- ____
- ____
- ____
- ____

Comidas

Desayuno   _______________________________________

Merienda   _______________________________________

Almuerzo   _______________________________________

Merienda   _______________________________________

Cena   _______________________________________

Merienda   _______________________________________

Rutina de Ejercicios

____
____
____

Recordatorio Adicional

____
____

________ / __________________ / ________

"Siempre parece imposible hasta que se hace."
Nelson Mandela

Compromisos/Citas

- ____
- ____
- ____
- ____
- ____

Comidas

Desayuno ____

Merienda ____

Almuerzo ____

Merienda ____

Cena ____

Merienda ____

Rutina de Ejercicios

____

____

____

Recordatorio Adicional

____

____

________ / __________________ / ________

"Incluso si te caes de bruces, te estas moviendo hacia delante."
Victor Kiam

Compromisos/Citas

- ____
- ____
- ____
- ____
- ____

Comidas

Desayuno _______________________________________

Merienda _______________________________________

Almuerzo _______________________________________

Merienda _______________________________________

Cena _______________________________________

Merienda _______________________________________

Rutina de Ejercicios

____

____

____

Recordatorio Adicional

____

____

________ / __________________ / ________

"Todo el mundo quiere ir al cielo, pero nadie quiere morir."
Albert King

Compromisos/Citas

- ____
- ____
- ____
- ____
- ____

Comidas

Desayuno ____

Merienda ____

Almuerzo ____

Merienda ____

Cena ____

Merienda ____

Rutina de Ejercicios

____

____

____

Recordatorio Adicional

____

____

________ / ___________________ / ________

Compromisos/Citas

* ____
* ____
* ____
* ____
* ____

Comidas

Desayuno   ___________________________________
Merienda   ___________________________________
Almuerzo   ___________________________________
Merienda   ___________________________________
Cena   ___________________________________
Merienda   ___________________________________

Rutina de Ejercicios

____
____
____

Recordatorio Adicional

____
____

________ / __________________ / ________

"¡Cree en ti! Ten fe en tus habilidades. Sin una humilde pero razonable confianza no puedes ser exitoso o feliz." Norman Vincent Peale

Compromisos/Citas

- ____
- ____
- ____
- ____
- ____

Comidas

Desayuno ____

Merienda ____

Almuerzo ____

Merienda ____

Cena ____

Merienda ____

Rutina de Ejercicios

____

____

____

Recordatorio Adicional

____

____

________ / ____________________ / ________

"Es la posibilidad lo que me mantiene en marcha, no la garantía."
Nicholas Sparks

Compromisos/Citas

- ____
- ____
- ____
- ____
- ____

Comidas

Desayuno _______________________________________

Merienda _______________________________________

Almuerzo _______________________________________

Merienda _______________________________________

Cena _______________________________________

Merienda _______________________________________

Rutina de Ejercicios

____

____

____

Recordatorio Adicional

____

____

________ / __________________ / ________

"Tu éxito y tu felicidad dependen de ti."
Helen Keller

Compromisos/Citas

- ____
- ____
- ____
- ____
- ____

Comidas

Desayuno ______________________________________

Merienda ______________________________________

Almuerzo ______________________________________

Merienda ______________________________________

Cena ______________________________________

Merienda ______________________________________

Rutina de Ejercicios

____
____
____

Recordatorio Adicional

____
____

________ / ___________________ / ________

"Para ser el mejor debes ser capaz de soportar lo peor."
Wilson Kanadi

Compromisos/Citas

- ____
- ____
- ____
- ____
- ____

Comidas

Desayuno ___________________________________

Merienda ___________________________________

Almuerzo ___________________________________

Merienda ___________________________________

Cena ___________________________________

Merienda ___________________________________

Rutina de Ejercicios

____

____

____

Recordatorio Adicional

____

____

________ / __________________ / ________

"La clave de tu futuro está escondida en tu vida diaria."
Pierre Bonnard

Compromisos/Citas

- ____
- ____
- ____
- ____
- ____

Comidas

Desayuno ____

Merienda ____

Almuerzo ____

Merienda ____

Cena ____

Merienda ____

Rutina de Ejercicios

____

____

____

Recordatorio Adicional

____

____

________ / __________________ / ________

Compromisos/Citas

- ____
- ____
- ____
- ____
- ____

Comidas

Desayuno   _______________________________________

Merienda   _______________________________________

Almuerzo   _______________________________________

Merienda   _______________________________________

Cena   _______________________________________

Merienda   _______________________________________

Rutina de Ejercicios

____

____

____

Recordatorio Adicional

____

____

———————— / ————————————————— / ————————

Compromisos/Citas

- ____
- ____
- ____
- ____
- ____

Comidas

Desayuno ____

Merienda ____

Almuerzo ____

Merienda ____

Cena ____

Merienda ____

Rutina de Ejercicios

____
____
____

Recordatorio Adicional

____
____

________ / ____________________ / ________

"Cambia tu vida hoy. No apuestes por el futuro, actúa ahora, sin demora "
Simone de Beauvoir

Compromisos/Citas

- ____
- ____
- ____
- ____
- ____

Comidas

Desayuno _______________________________________

Merienda _______________________________________

Almuerzo _______________________________________

Merienda _______________________________________

Cena _______________________________________

Merienda _______________________________________

Rutina de Ejercicios

____

____

____

Recordatorio Adicional

____

____

________ / __________________ / ________

Compromisos/Citas

- ____
- ____
- ____
- ____
- ____

Comidas

Desayuno ____________________________________

Merienda ____________________________________

Almuerzo ____________________________________

Merienda ____________________________________

Cena ____

Merienda ____________________________________

Rutina de Ejercicios

____

____

____

Recordatorio Adicional

____

____

Octubre

________ / __________________ / ________

"Tienes que entrenar tu cerebro para ser positivo al igual que entrenas tu cuerpo." Shawn Achor

Compromisos/Citas

- ____
- ____
- ____
- ____
- ____

Comidas

Desayuno _______________________________________

Merienda _______________________________________

Almuerzo _______________________________________

Merienda _______________________________________

Cena ____

Merienda _______________________________________

Rutina de Ejercicios

____

____

____

Recordatorio Adicional

____

____

________ / __________________ / ________

"El éxito no se persigue; se atrae por la persona en la que te conviertes."
Jim Rohn

Compromisos/Citas

- ____
- ____
- ____
- ____
- ____

Comidas

Desayuno _______________________________________

Merienda _______________________________________

Almuerzo _______________________________________

Merienda _______________________________________

Cena ____

Merienda _______________________________________

Rutina de Ejercicios

____

____

____

Recordatorio Adicional

____

____

________ / ___________________ / ________

"Tanto si piensas que puedes como que no puedes, estas en lo cierto."
Henry Ford

Compromisos/Citas

- ____
- ____
- ____
- ____
- ____

Comidas

Desayuno   _______________________________________

Merienda   _______________________________________

Almuerzo   _______________________________________

Merienda   _______________________________________

Cena   _______________________________________

Merienda   _______________________________________

Rutina de Ejercicios

____
____
____

Recordatorio Adicional

____
____

________ / ___________________ / ________

Compromisos/Citas

- ____
- ____
- ____
- ____
- ____

Comidas

Desayuno   ____

Merienda   ____

Almuerzo   ____

Merienda   ____

Cena   ____

Merienda   ____

Rutina de Ejercicios

____

____

____

Recordatorio Adicional

____

____

________ / __________________ / ________

"No mires atrás y preguntes: ¿Por qué? Mira adelante y pregúntate:
¿Por qué no?."Alberto Mur

Compromisos/Citas

- ____
- ____
- ____
- ____
- ____

Comidas

Desayuno ______________________________________

Merienda ______________________________________

Almuerzo ______________________________________

Merienda ______________________________________

Cena ____

Merienda ______________________________________

Rutina de Ejercicios

____
____
____

Recordatorio Adicional

____
____

________ / __________________ / ________

Compromisos/Citas

- ____
- ____
- ____
- ____
- ____

Comidas

Desayuno _______________________________________

Merienda _______________________________________

Almuerzo _______________________________________

Merienda _______________________________________

Cena   _______________________________________

Merienda _______________________________________

Rutina de Ejercicios

____

____

____

Recordatorio Adicional

____

____

________ / __________________ / ________

"Ignora todo el odio y críticas. Vive para lo que has creado y muere protegiéndolo." Lady Gaga

Compromisos/Citas

- ____
- ____
- ____
- ____
- ____

Comidas

Desayuno ___________________________________

Merienda ___________________________________

Almuerzo ___________________________________

Merienda ___________________________________

Cena ___________________________________

Merienda ___________________________________

Rutina de Ejercicios

____

____

____

Recordatorio Adicional

____

____

________ / ___________________ / ________

Compromisos/Citas

- ____
- ____
- ____
- ____
- ____

Comidas

Desayuno _______________________________________

Merienda _______________________________________

Almuerzo _______________________________________

Merienda _______________________________________

Cena _______________________________________

Merienda _______________________________________

Rutina de Ejercicios

____

____

____

Recordatorio Adicional

____

____

________ / __________________ / ________

"La fuerza y el crecimiento solo vienen a través del esfuerzo y la lucha continua." Napoleon Hill

Compromisos/Citas

- ____
- ____
- ____
- ____
- ____

Comidas

Desayuno _______________________________________

Merienda _______________________________________

Almuerzo _______________________________________

Merienda _______________________________________

Cena _______________________________________

Merienda _______________________________________

Rutina de Ejercicios

____

____

____

Recordatorio Adicional

____

____

________ / ____________________ / ________

Compromisos/Citas

- ____
- ____
- ____
- ____
- ____

Comidas

Desayuno ______________________________________

Merienda ______________________________________

Almuerzo ______________________________________

Merienda ______________________________________

Cena ______________________________________

Merienda ______________________________________

Rutina de Ejercicios

____

____

____

Recordatorio Adicional

____

____

________ / __________________ / ________

"No importa lo lento que vayas mientras no pares."
Confucio

Compromisos/Citas

- ____
- ____
- ____
- ____
- ____

Comidas

Desayuno ____

Merienda ____

Almuerzo ____

Merienda ____

Cena ____

Merienda ____

Rutina de Ejercicios

____

____

____

Recordatorio Adicional

____

____

________ / __________________ / ________

"Cuando pierdas, no pierdas la lección."
Dalai Lama

Compromisos/Citas

- ____
- ____
- ____
- ____
- ____

Comidas

Desayuno ___________________________________

Merienda ___________________________________

Almuerzo ___________________________________

Merienda ___________________________________

Cena _______________________________________

Merienda ___________________________________

Rutina de Ejercicios

____

____

____

Recordatorio Adicional

____

____

________ / __________________ / ________

Compromisos/Citas

- ____
- ____
- ____
- ____
- ____

Comidas

Desayuno ____

Merienda ____

Almuerzo ____

Merienda ____

Cena ____

Merienda ____

Rutina de Ejercicios

____

____

____

Recordatorio Adicional

____

____

________ / ___________________ / ________

Compromisos/Citas

- ____
- ____
- ____
- ____
- ____

Comidas

Desayuno _______________________________________

Merienda _______________________________________

Almuerzo _______________________________________

Merienda _______________________________________

Cena ____

Merienda _______________________________________

Rutina de Ejercicios

____

____

____

Recordatorio Adicional

____

____

________ / __________________ / ________

"El hombre que mueve montañas comienza cargando pequeñas piedras."
Confucio

Compromisos/Citas

- ____
- ____
- ____
- ____
- ____

Comidas

Desayuno _______________________________________

Merienda _______________________________________

Almuerzo _______________________________________

Merienda _______________________________________

Cena   _______________________________________

Merienda _______________________________________

Rutina de Ejercicios

____

____

____

Recordatorio Adicional

____

____

________ / __________________ / ________

"La mayor gloria no es caer, sino levantarse siempre."
Nelson Mandela

Compromisos/Citas

- ____
- ____
- ____
- ____
- ____

Comidas

Desayuno ____

Merienda ____

Almuerzo ____

Merienda ____

Cena ____

Merienda ____

Rutina de Ejercicios

____

____

____

Recordatorio Adicional

____

____

________ / __________________ / ________

"No llores por quien no te ama, ama a quien por ti llora."
Shakira

Compromisos/Citas

- ____
- ____
- ____
- ____
- ____

Comidas

Desayuno _______________________________________

Merienda _______________________________________

Almuerzo _______________________________________

Merienda _______________________________________

Cena ____

Merienda _______________________________________

Rutina de Ejercicios

____
____
____

Recordatorio Adicional

____
____

________ / ___________________ / ________

Compromisos/Citas

- ____
- ____
- ____
- ____
- ____

Comidas

Desayuno _______________________________________

Merienda _______________________________________

Almuerzo _______________________________________

Merienda _______________________________________

Cena ____

Merienda _______________________________________

Rutina de Ejercicios

____

____

____

Recordatorio Adicional

____

____

________ / __________________ / ________

"Las reglas para la felicidad: algo que hacer, algo que amar, algo que esperar."
Immanuel Kant

Compromisos/Citas

- ____
- ____
- ____
- ____
- ____

Comidas

Desayuno _______________________________________

Merienda _______________________________________

Almuerzo _______________________________________

Merienda _______________________________________

Cena _______________________________________

Merienda _______________________________________

Rutina de Ejercicios

____
____
____

Recordatorio Adicional

____
____

________ / __________________ / ________

"Dar es verdaderamente poseer."
Charles Spurgeon

Compromisos/Citas

- _______________________________________
- _______________________________________
- _______________________________________
- _______________________________________
- _______________________________________

Comidas

Desayuno   _________________________________

Merienda   _________________________________

Almuerzo   _________________________________

Merienda   _________________________________

Cena   _________________________________

Merienda   _________________________________

Rutina de Ejercicios

____

____

____

Recordatorio Adicional

____

____

________ / _________________ / ________

"Un viaje de mil millas comienza con el primer paso."
Lao-Tsé

Compromisos/Citas

- ____
- ____
- ____
- ____
- ____

Comidas

Desayuno ___________________________________

Merienda ___________________________________

Almuerzo ___________________________________

Merienda ___________________________________

Cena ___________________________________

Merienda ___________________________________

Rutina de Ejercicios

____
____
____

Recordatorio Adicional

____
____

________ / _________________ / ________

"Las cosas no se dicen se hacen, porque al hacerlas se dicen solas."
Woody Allen

Compromisos/Citas

- ____
- ____
- ____
- ____
- ____

Comidas

Desayuno _______________________________________

Merienda _______________________________________

Almuerzo _______________________________________

Merienda _______________________________________

Cena _______________________________________

Merienda _______________________________________

Rutina de Ejercicios

____

____

____

Recordatorio Adicional

____

____

________ / __________________ / ________

"Un hombre solo tiene derecho a mirar a otro hacia abajo cuando ha de ayudarle a levantarse." Gabriel García Márquez

Compromisos/Citas

- ____
- ____
- ____
- ____
- ____

Comidas

Desayuno _______________________________________

Merienda _______________________________________

Almuerzo _______________________________________

Merienda _______________________________________

Cena _______________________________________

Merienda _______________________________________

Rutina de Ejercicios

____
____
____

Recordatorio Adicional

____
____

________ / __________________ / ________

Compromisos/Citas

- ____
- ____
- ____
- ____
- ____

Comidas

Desayuno ______________________________________

Merienda ______________________________________

Almuerzo ______________________________________

Merienda ______________________________________

Cena ______________________________________

Merienda ______________________________________

Rutina de Ejercicios

____

____

____

Recordatorio Adicional

____

____

________ / __________________ / ________

"Lo que con mucho trabajo se adquiere, más se ama."
Aristóteles

Compromisos/Citas

- ____
- ____
- ____
- ____
- ____

Comidas

Desayuno ______________________________________

Merienda ______________________________________

Almuerzo ______________________________________

Merienda ______________________________________

Cena ______________________________________

Merienda ______________________________________

Rutina de Ejercicios

____

____

____

Recordatorio Adicional

____

____

________ / __________________ / ________

"Se trata de concretar tus sueños. Están ahí para ti, tan solo tienes que ir y atraparlos." Katy Perry

Compromisos/Citas

- ____
- ____
- ____
- ____
- ____

Comidas

Desayuno _______________________________________

Merienda _______________________________________

Almuerzo _______________________________________

Merienda _______________________________________

Cena ____

Merienda _______________________________________

Rutina de Ejercicios

____

____

____

Recordatorio Adicional

____

____

________ / __________________ / ________

"El aprendizaje no es un deporte para espectadores."
D. Blocher

Compromisos/Citas

- ____
- ____
- ____
- ____
- ____

Comidas

Desayuno ____

Merienda ____

Almuerzo ____

Merienda ____

Cena ____

Merienda ____

Rutina de Ejercicios

____

____

____

Recordatorio Adicional

____

____

________ / __________________ / ________

"Una palabra dicha en el momento preciso, cambia la vida de cualquier persona." Olga Tañón

Compromisos/Citas

- ____
- ____
- ____
- ____
- ____

Comidas

Desayuno ____

Merienda ____

Almuerzo ____

Merienda ____

Cena ____

Merienda ____

Rutina de Ejercicios

____

____

____

Recordatorio Adicional

____

____

———————— / ——————————————— / ————————

"Nunca eres demasiado viejo para tener una nueva meta o para tener un nuevo sueño." C.S. Lewis

Compromisos/Citas

- ____
- ____
- ____
- ____
- ____

Comidas

Desayuno ____

Merienda ____

Almuerzo ____

Merienda ____

Cena ____

Merienda ____

Rutina de Ejercicios

____
____
____

Recordatorio Adicional

____
____

________ / ________________ / ________

"Si tus acciones inspiran a otros a soñar más, aprender más, hacer más y ser más, eres un líder." John Quincy Adams

Compromisos/Citas

- _______________________________________
- _______________________________________
- _______________________________________
- _______________________________________
- _______________________________________

Comidas

Desayuno _______________________________

Merienda _______________________________

Almuerzo _______________________________

Merienda _______________________________

Cena _______________________________

Merienda _______________________________

Rutina de Ejercicios

____

____

____

Recordatorio Adicional

____

____

________ / __________________ / ________

"A veces cuando innovas cometes errores. Lo mejor es admitirlos y centrarse en perfeccionar otras ideas." Steve Jobs

Compromisos/Citas

- ____
- ____
- ____
- ____
- ____

Comidas

Desayuno _______________________________________

Merienda _______________________________________

Almuerzo _______________________________________

Merienda _______________________________________

Cena ____

Merienda _______________________________________

Rutina de Ejercicios

____

____

____

Recordatorio Adicional

____

____

Noviembre

_______ / _________________ / _______

"El fruto de tu propio trabajo es el más dulce."
Deepika Padukone

Compromisos/Citas

- ____
- ____
- ____
- ____
- ____

Comidas

Desayuno ____

Merienda ____

Almuerzo ____

Merienda ____

Cena ____

Merienda ____

Rutina de Ejercicios

____

____

____

Recordatorio Adicional

____

____

________ / __________________ / ________

Compromisos/Citas

- ____
- ____
- ____
- ____
- ____

Comidas

Desayuno _______________________________________

Merienda _______________________________________

Almuerzo _______________________________________

Merienda _______________________________________

Cena ____

Merienda _______________________________________

Rutina de Ejercicios

____
____
____

Recordatorio Adicional

____
____

________ / __________________ / ________

"El optimismo es la fe que conduce al éxito. Nada puede hacerse sin esperanza y confianza." Helen Keller

Compromisos/Citas

- ____
- ____
- ____
- ____
- ____

Comidas

Desayuno _______________________________________

Merienda _______________________________________

Almuerzo _______________________________________

Merienda _______________________________________

Cena ____

Merienda _______________________________________

Rutina de Ejercicios

____

____

____

Recordatorio Adicional

____

____

________ / ___________________ / ________

"El éxito no es la clave de la felicidad. La felicidad es la clave del éxito."
Herman Cain

Compromisos/Citas

- ____
- ____
- ____
- ____
- ____

Comidas

Desayuno ____

Merienda ____

Almuerzo ____

Merienda ____

Cena ____

Merienda ____

Rutina de Ejercicios

____

____

____

Recordatorio Adicional

____

____

________ / ________________ / ________

Compromisos/Citas

- ____
- ____
- ____
- ____
- ____

Comidas

Desayuno ________________________________

Merienda ________________________________

Almuerzo ________________________________

Merienda ________________________________

Cena ____________________________________

Merienda ________________________________

Rutina de Ejercicios

____

____

____

Recordatorio Adicional

____

____

________ / ___________________ / ________

"La forma más efectiva de hacerlo, es hacerlo."
Amelia Earhart

Compromisos/Citas

- ____
- ____
- ____
- ____
- ____

Comidas

Desayuno ______________________________________

Merienda ______________________________________

Almuerzo ______________________________________

Merienda ______________________________________

Cena ____

Merienda ______________________________________

Rutina de Ejercicios

____

____

____

Recordatorio Adicional

____

____

________ / __________________ / ________

"La gente exitosa estudia para ganar conocimientos, no para ganar carreras."
Udayveer Singh

Compromisos/Citas

- ____
- ____
- ____
- ____
- ____

Comidas

Desayuno _______________________________________

Merienda _______________________________________

Almuerzo _______________________________________

Merienda _______________________________________

Cena ____

Merienda _______________________________________

Rutina de Ejercicios

____

____

____

Recordatorio Adicional

____

____

________ / ____________________ / ________

"Solo aquellos que se atreven a tener grandes fracasos terminan consiguiendo grandes éxitos." Robert F. Kennedy

Compromisos/Citas

- ____
- ____
- ____
- ____
- ____

Comidas

Desayuno ______________________________________

Merienda ______________________________________

Almuerzo ______________________________________

Merienda ______________________________________

Cena ______________________________________

Merienda ______________________________________

Rutina de Ejercicios

____
____
____

Recordatorio Adicional

____
____

________ / __________________ / ________

"El fracaso derrota a los perdedores e inspira a los ganadores."
Robert T. Kiyosaki

Compromisos/Citas

- ____
- ____
- ____
- ____
- ____

Comidas

Desayuno   _____________________________________

Merienda   _____________________________________

Almuerzo   _____________________________________

Merienda   _____________________________________

Cena   _____________________________________

Merienda   _____________________________________

Rutina de Ejercicios

____
____
____

Recordatorio Adicional

____
____

________ / ___________________ / ________

"Agradece lo que tienes y terminarás teniendo más."
Oprah Winfrey

Compromisos/Citas

- ____
- ____
- ____
- ____
- ____

Comidas

Desayuno ______________________________________

Merienda ______________________________________

Almuerzo ______________________________________

Merienda ______________________________________

Cena ______________________________________

Merienda ______________________________________

Rutina de Ejercicios

____

____

____

Recordatorio Adicional

____

____

________ / __________________ / ________

"Nada es particularmente difícil si lo divides en pequeños trabajos."
Henry Ford

Compromisos/Citas

- ____
- ____
- ____
- ____
- ____

Comidas

Desayuno ______________________________________

Merienda ______________________________________

Almuerzo ______________________________________

Merienda ______________________________________

Cena ____

Merienda ______________________________________

Rutina de Ejercicios

____

____

____

Recordatorio Adicional

____

____

________ / __________________ / ________

"Algún día es una enfermedad que llevará tus sueños a la tumba contigo."
Tim Ferris

Compromisos/Citas

- ____
- ____
- ____
- ____
- ____

Comidas

Desayuno ______________________________________

Merienda ______________________________________

Almuerzo ______________________________________

Merienda ______________________________________

Cena ____

Merienda ______________________________________

Rutina de Ejercicios

____
____
____

Recordatorio Adicional

____
____

________ / __________________ / ________

"Todos los triunfos nacen cuando nos atrevemos a comenzar."
Eugene Ware

Compromisos/Citas

- ____
- ____
- ____
- ____
- ____

Comidas

Desayuno ____

Merienda ____

Almuerzo ____

Merienda ____

Cena ____

Merienda ____

Rutina de Ejercicios

____

____

____

Recordatorio Adicional

____

____

________ / __________________ / ________

"Los errores no son errores, son lecciones."
Israelmore Ayivore

Compromisos/Citas

- _______________________________________
- _______________________________________
- _______________________________________
- _______________________________________
- _______________________________________

Comidas

Desayuno _______________________________

Merienda _______________________________

Almuerzo _______________________________

Merienda _______________________________

Cena _______________________________

Merienda _______________________________

Rutina de Ejercicios

____

____

____

Recordatorio Adicional

____

____

________ / __________________ / ________

"El miedo está siempre dispuesto a ver las cosas peores de lo que son."
Tito Livio

Compromisos/Citas

- ____
- ____
- ____
- ____
- ____

Comidas

Desayuno   _______________________________________

Merienda   _______________________________________

Almuerzo   _______________________________________

Merienda   _______________________________________

Cena   ____

Merienda   _______________________________________

Rutina de Ejercicios

____
____
____

Recordatorio Adicional

____
____

________ / __________________ / ________

"La confianza en sí mismo es el primer secreto del éxito."
Ralph Waldo Emerson

Compromisos/Citas

- ____
- ____
- ____
- ____
- ____

Comidas

Desayuno _______________________________________

Merienda _______________________________________

Almuerzo _______________________________________

Merienda _______________________________________

Cena ____

Merienda _______________________________________

Rutina de Ejercicios

____

____

____

Recordatorio Adicional

____

____

________ / __________________ / ________

"No te rindas, no pierdas la esperanza, no te traiciones."
Christopher Reeve

Compromisos/Citas

- ____
- ____
- ____
- ____
- ____

Comidas

Desayuno ______________________________________

Merienda ______________________________________

Almuerzo ______________________________________

Merienda ______________________________________

Cena ______________________________________

Merienda ______________________________________

Rutina de Ejercicios

____
____
____

Recordatorio Adicional

____
____

________ / __________________ / ________

Compromisos/Citas

- ____
- ____
- ____
- ____
- ____

Comidas

Desayuno _______________________________________

Merienda _______________________________________

Almuerzo _______________________________________

Merienda _______________________________________

Cena ____

Merienda _______________________________________

Rutina de Ejercicios

____

____

____

Recordatorio Adicional

____

____

________ / __________________ / ________

"Donde hay una empresa de éxito,
alguien tomó alguna vez una decisión valiente." Peter Drucker

Compromisos/Citas

- ____
- ____
- ____
- ____
- ____

Comidas

Desayuno ____

Merienda ____

Almuerzo ____

Merienda ____

Cena ____

Merienda ____

Rutina de Ejercicios

____

____

____

Recordatorio Adicional

____

____

________ / __________________ / ________

Compromisos/Citas

- ____
- ____
- ____
- ____
- ____

Comidas

Desayuno ____

Merienda ____

Almuerzo ____

Merienda ____

Cena ____

Merienda ____

Rutina de Ejercicios

____
____
____

Recordatorio Adicional

____
____

________ / __________________ / ________

"Aprender es como remar contra corriente: en cuanto se deja, se retrocede."
Edward Benjamin Britten

Compromisos/Citas

- ____
- ____
- ____
- ____
- ____

Comidas

Desayuno _______________________________________

Merienda _______________________________________

Almuerzo _______________________________________

Merienda _______________________________________

Cena _______________________________________

Merienda _______________________________________

Rutina de Ejercicios

____
____
____

Recordatorio Adicional

____
____

________ / ____________________ / ________

"Se paciente y duro, algún día ese dolor será útil para ti."
Ovid

Compromisos/Citas

- ____
- ____
- ____
- ____
- ____

Comidas

Desayuno ____

Merienda ____

Almuerzo ____

Merienda ____

Cena ____

Merienda ____

Rutina de Ejercicios

____

____

____

Recordatorio Adicional

____

____

________ / __________________ / ________

"Cree y actúa como si fuese imposible fracasar."
Charles F. Kettering

Compromisos/Citas

- ____
- ____
- ____
- ____
- ____

Comidas

Desayuno ____

Merienda ____

Almuerzo ____

Merienda ____

Cena ____

Merienda ____

Rutina de Ejercicios

____

____

____

Recordatorio Adicional

____

____

________ / __________________ / ________

"Invertir en conocimientos produce siempre los mejores beneficios."
Benjamin Franklin

Compromisos/Citas

- ____
- ____
- ____
- ____
- ____

Comidas

Desayuno ____

Merienda ____

Almuerzo ____

Merienda ____

Cena ____

Merienda ____

Rutina de Ejercicios

____

____

____

Recordatorio Adicional

____

____

________ / ____________________ / ________

"La felicidad no viene dada; llega a través de nuestras acciones."
Dalai Lama

Compromisos/Citas

- ____
- ____
- ____
- ____
- ____

Comidas

Desayuno _______________________________________

Merienda _______________________________________

Almuerzo _______________________________________

Merienda _______________________________________

Cena _______________________________________

Merienda _______________________________________

Rutina de Ejercicios

____

____

____

Recordatorio Adicional

____

____

________ / ___________________ / ________

"No es el tamaño de un hombre lo que importa, sino el tamaño de su corazón."
Evander Holyfield

Compromisos/Citas

- ____
- ____
- ____
- ____
- ____

Comidas

Desayuno _______________________________________

Merienda _______________________________________

Almuerzo _______________________________________

Merienda _______________________________________

Cena _______________________________________

Merienda _______________________________________

Rutina de Ejercicios

____

____

____

Recordatorio Adicional

____

____

"Es durante nuestros momentos más oscuros cuando debemos centrarnos en ver la luz." Aristoteles Onasis

Compromisos/Citas

- ____
- ____
- ____
- ____
- ____

Comidas

Desayuno ____

Merienda ____

Almuerzo ____

Merienda ____

Cena ____

Merienda ____

Rutina de Ejercicios

____

____

____

Recordatorio Adicional

____

____

________ / __________________ / ________

Compromisos/Citas

* ____
* ____
* ____
* ____
* ____

Comidas

Desayuno _______________________________________

Merienda _______________________________________

Almuerzo _______________________________________

Merienda _______________________________________

Cena ____

Merienda _______________________________________

Rutina de Ejercicios

____
____
____

Recordatorio Adicional

____
____

________ / ____________________ / ________

"No puedes rendirte nunca. Los ganadores nunca se rinden y los que se rinden nunca ganan." Ted Turner

Compromisos/Citas

- ____
- ____
- ____
- ____
- ____

Comidas

Desayuno _______________________________________

Merienda _______________________________________

Almuerzo _______________________________________

Merienda _______________________________________

Cena ____

Merienda _______________________________________

Rutina de Ejercicios

____
____
____

Recordatorio Adicional

____
____

________ / __________________ / ________

"Todo lo que siempre has querido, está al otro lado del miedo."
George Addai

Compromisos/Citas

- _______________________________________
- _______________________________________
- _______________________________________
- _______________________________________
- _______________________________________

Comidas

Desayuno ________________________________

Merienda ________________________________

Almuerzo ________________________________

Merienda ________________________________

Cena ____________________________________

Merienda ________________________________

Rutina de Ejercicios

____

____

____

Recordatorio Adicional

____

____

Diciembre

________ / ____________________ / ________

"Puedes estar decepcionado si fracasas, pero estás acabado si no lo intentas."
Beverly Sills

Compromisos/Citas

- ____
- ____
- ____
- ____
- ____

Comidas

Desayuno _______________________________________

Merienda _______________________________________

Almuerzo _______________________________________

Merienda _______________________________________

Cena _______________________________________

Merienda _______________________________________

Rutina de Ejercicios

____

____

____

Recordatorio Adicional

____

____

________ / __________________ / ________

"Una actitud mental positiva y fuerte creará más milagros que cualquier droga."
Patricia Neal

Compromisos/Citas

- ____
- ____
- ____
- ____
- ____

Comidas

Desayuno ______________________________________

Merienda ______________________________________

Almuerzo ______________________________________

Merienda ______________________________________

Cena ______________________________________

Merienda ______________________________________

Rutina de Ejercicios

____

____

____

Recordatorio Adicional

____

____

________ / ___________________ / ________

Compromisos/Citas

- ____
- ____
- ____
- ____
- ____

Comidas

Desayuno _______________________________________

Merienda _______________________________________

Almuerzo _______________________________________

Merienda _______________________________________

Cena _______________________________________

Merienda _______________________________________

Rutina de Ejercicios

____

____

____

Recordatorio Adicional

____

____

________ / __________________ / ________

Compromisos/Citas

- ____
- ____
- ____
- ____
- ____

Comidas

Desayuno _______________________________________

Merienda _______________________________________

Almuerzo _______________________________________

Merienda _______________________________________

Cena ____

Merienda _______________________________________

Rutina de Ejercicios

____

____

____

Recordatorio Adicional

____

____

________ / ___________________ / ________

"Un campeón es alguien que se levanta cuando el otro no puede."
William Harrison

Compromisos/Citas

- ____
- ____
- ____
- ____
- ____

Comidas

Desayuno ___________________________________

Merienda ___________________________________

Almuerzo ___________________________________

Merienda ___________________________________

Cena _______________________________________

Merienda ___________________________________

Rutina de Ejercicios

____

____

____

Recordatorio Adicional

____

____

_________ / ____________________ / _________

Compromisos/Citas

- ____
- ____
- ____
- ____
- ____

Comidas

Desayuno _______________________________________

Merienda _______________________________________

Almuerzo _______________________________________

Merienda _______________________________________

Cena ____

Merienda _______________________________________

Rutina de Ejercicios

____

____

____

Recordatorio Adicional

____

____

________ / ___________________ / ________

"El gran placer de la vida es hacer lo que la gente dice que no puedes."
Walter Bagehot

Compromisos/Citas

- ____
- ____
- ____
- ____
- ____

Comidas

Desayuno   ___________________________________

Merienda   ___________________________________

Almuerzo   ___________________________________

Merienda   ___________________________________

Cena   ___________________________________

Merienda   ___________________________________

Rutina de Ejercicios

____

____

____

Recordatorio Adicional

____

____

________ / ____________________ / ________

Compromisos/Citas

- ____
- ____
- ____
- ____
- ____

Comidas

Desayuno _______________________________________

Merienda _______________________________________

Almuerzo _______________________________________

Merienda _______________________________________

Cena ____

Merienda _______________________________________

Rutina de Ejercicios

____
____
____

Recordatorio Adicional

____
____

________ / __________________ / ________

Compromisos/Citas

- ____
- ____
- ____
- ____
- ____

Comidas

Desayuno ____

Merienda ____

Almuerzo ____

Merienda ____

Cena ____

Merienda ____

Rutina de Ejercicios

____

____

____

Recordatorio Adicional

____

____

________ / ___________________ / ________

*"Estudia mucho, porque el pozo es profundo,
y nuestros cerebros son superficiales."* Richard Baxter

Compromisos/Citas

- ____
- ____
- ____
- ____
- ____

Comidas

Desayuno _______________________________________

Merienda _______________________________________

Almuerzo _______________________________________

Merienda _______________________________________

Cena _______________________________________

Merienda _______________________________________

Rutina de Ejercicios

____

____

____

Recordatorio Adicional

____

____

________ / __________________ / ________

"Emprendiendo, unas veces se gana … y otras se aprende"
Anónimo

Compromisos/Citas

- ____
- ____
- ____
- ____
- ____

Comidas

Desayuno   _______________________________________

Merienda   _______________________________________

Almuerzo   _______________________________________

Merienda   _______________________________________

Cena   _______________________________________

Merienda   _______________________________________

Rutina de Ejercicios

____

____

____

Recordatorio Adicional

____

____

________ / __________________ / ________

"Si estás pasando por un mal momento, sigue adelante."
Winston Churchill

Compromisos/Citas

- ____
- ____
- ____
- ____
- ____

Comidas

Desayuno   ___________________________________

Merienda   ___________________________________

Almuerzo   ___________________________________

Merienda   ___________________________________

Cena   ___________________________________

Merienda   ___________________________________

Rutina de Ejercicios

____

____

____

Recordatorio Adicional

____

____

________ / _________________ / ________

Compromisos/Citas

- ____
- ____
- ____
- ____
- ____

Comidas

Desayuno _______________________________________

Merienda _______________________________________

Almuerzo _______________________________________

Merienda _______________________________________

Cena ____

Merienda _______________________________________

Rutina de Ejercicios

____

____

____

Recordatorio Adicional

____

____

________ / __________________ / ________

"La felicidad no es algo que venga prefabricado. Viene de tus propias acciones."
Dalai Lama

Compromisos/Citas

- ____
- ____
- ____
- ____
- ____

Comidas

Desayuno _______________________________________

Merienda _______________________________________

Almuerzo _______________________________________

Merienda _______________________________________

Cena _______________________________________

Merienda _______________________________________

Rutina de Ejercicios

____
____
____

Recordatorio Adicional

____
____

________ / __________________ / ________

Compromisos/Citas

- ____
- ____
- ____
- ____
- ____

Comidas

Desayuno _______________________________________

Merienda _______________________________________

Almuerzo _______________________________________

Merienda _______________________________________

Cena ____

Merienda _______________________________________

Rutina de Ejercicios

____

____

____

Recordatorio Adicional

____

____

________ / __________________ / ________

"Persigue tus sueños, cree en ti mismo y no te rindas."
Rachel Corrie

Compromisos/Citas

- ____
- ____
- ____
- ____
- ____

Comidas

Desayuno _______________________________________

Merienda _______________________________________

Almuerzo _______________________________________

Merienda _______________________________________

Cena ____

Merienda _______________________________________

Rutina de Ejercicios

____

____

____

Recordatorio Adicional

____

____

________ / __________________ / ________

"Nunca es demasiado tarde para ser quien podrías haber sido."
George Eliot

Compromisos/Citas

- ____
- ____
- ____
- ____
- ____

Comidas

Desayuno _______________________________________

Merienda _______________________________________

Almuerzo _______________________________________

Merienda _______________________________________

Cena _______________________________________

Merienda _______________________________________

Rutina de Ejercicios

____

____

____

Recordatorio Adicional

____

____

________ / __________________ / ________

"Debes permanecer enfocado en tu camino hacia la grandeza."
Les Brown

Compromisos/Citas

- ____
- ____
- ____
- ____
- ____

Comidas

Desayuno ____

Merienda ____

Almuerzo ____

Merienda ____

Cena ____

Merienda ____

Rutina de Ejercicios

____

____

____

Recordatorio Adicional

____

____

________ / __________________ / ________

"El genio se hace con un 1% de talento y un 99% de trabajo."
Albert Einstein

Compromisos/Citas

- ____
- ____
- ____
- ____
- ____

Comidas

Desayuno _______________________________________

Merienda _______________________________________

Almuerzo _______________________________________

Merienda _______________________________________

Cena ____

Merienda _______________________________________

Rutina de Ejercicios

____

____

____

Recordatorio Adicional

____

____

________ / __________________ / ________

Compromisos/Citas

- ____
- ____
- ____
- ____
- ____

Comidas

Desayuno _______________________________________

Merienda _______________________________________

Almuerzo _______________________________________

Merienda _______________________________________

Cena _______________________________________

Merienda _______________________________________

Rutina de Ejercicios

____

____

____

Recordatorio Adicional

____

____

________ / __________________ / ________

Compromisos/Citas

- ____
- ____
- ____
- ____
- ____

Comidas

Desayuno   ______________________________________
Merienda   ______________________________________
Almuerzo   ______________________________________
Merienda   ______________________________________
Cena   ______________________________________
Merienda   ______________________________________

Rutina de Ejercicios

____
____
____

Recordatorio Adicional

____
____

________ / __________________ / ________

Compromisos/Citas

- ____
- ____
- ____
- ____
- ____

Comidas

Desayuno _______________________________________

Merienda _______________________________________

Almuerzo _______________________________________

Merienda _______________________________________

Cena ____

Merienda _______________________________________

Rutina de Ejercicios

____
____
____

Recordatorio Adicional

____
____

________ / __________________ / ________

Compromisos/Citas

- _______________________________________
- _______________________________________
- _______________________________________
- _______________________________________
- _______________________________________

Comidas

Desayuno _______________________________________

Merienda _______________________________________

Almuerzo _______________________________________

Merienda _______________________________________

Cena _______________________________________

Merienda _______________________________________

Rutina de Ejercicios

____

____

____

Recordatorio Adicional

____

____

-------- / ------------------- / --------

"La persistencia puede cambiar el fracaso en un logro extraordinario."
Matt Biondi

Compromisos/Citas

- ____
- ____
- ____
- ____
- ____

Comidas

Desayuno ____

Merienda ____

Almuerzo ____

Merienda ____

Cena ____

Merienda ____

Rutina de Ejercicios

____
____
____

Recordatorio Adicional

____
____

________ / __________________ / ________

"La motivación nos impulsa a comenzar y el hábito nos permite continuar."
Jim Ryun

Compromisos/Citas

- ____
- ____
- ____
- ____
- ____

Comidas

Desayuno ____

Merienda ____

Almuerzo ____

Merienda ____

Cena ____

Merienda ____

Rutina de Ejercicios

____

____

____

Recordatorio Adicional

____

____

________ / __________________ / ________

"Cuando está muy oscuro puedes ver las estrellas."
Proverbio persa

Compromisos/Citas

- ____
- ____
- ____
- ____
- ____

Comidas

Desayuno _______________________________________

Merienda _______________________________________

Almuerzo _______________________________________

Merienda _______________________________________

Cena _______________________________________

Merienda _______________________________________

Rutina de Ejercicios

____

____

____

Recordatorio Adicional

____

____

________ / ____________________ / ________

"El hombre necesita dificultades porque son necesarias para disfrutar el éxito."
A.P.J. Abdul Kalam

Compromisos/Citas

- ____
- ____
- ____
- ____
- ____

Comidas

Desayuno   ____

Merienda   ____

Almuerzo   ____

Merienda   ____

Cena   ____

Merienda   ____

Rutina de Ejercicios

____

____

____

Recordatorio Adicional

____

____

_______ / _________________ / _______

Compromisos/Citas

- ____
- ____
- ____
- ____
- ____

Comidas

Desayuno __________________________________

Merienda __________________________________

Almuerzo __________________________________

Merienda __________________________________

Cena __________________________________

Merienda __________________________________

Rutina de Ejercicios

____

____

____

Recordatorio Adicional

____

____

_________ / ____________________ / _________

"El éxito llega para aquellos que están dispuestos a trabajar un poco más que el resto." Og Mandino

Compromisos/Citas

- ____
- ____
- ____
- ____
- ____

Comidas

Desayuno ____

Merienda ____

Almuerzo ____

Merienda ____

Cena ____

Merienda ____

Rutina de Ejercicios

____

____

____

Recordatorio Adicional

____

____

________ / __________________ / ________

"La definición del propósito es el punto de comienzo de todo logro"
W. Clement Stone

Compromisos/Citas

- ____
- ____
- ____
- ____
- ____

Comidas

Desayuno _______________________________________

Merienda _______________________________________

Almuerzo _______________________________________

Merienda _______________________________________

Cena _______________________________________

Merienda _______________________________________

Rutina de Ejercicios

____

____

____

Recordatorio Adicional

____

____

Notas

Notas

Notas

Notas

Notas

Notas

Notas